മതവും നിരീശ്വരവാദവും:

പഠനത്തിന് ഒരാമുഖം

ഡോ. അബ്ദുല്ലാ ബാസിൽ സി.പി

Copyright © 2023 Abdulla Basil CP

TABLE OF CONTENTS

	വായനക്ക് മുൻപ്..	4
1	യുക്തിയാണ് താരം!	6
2	യുക്തിവാദത്തിന്റെ തുടക്കം	9
3	മതവിരുദ്ധതയിലേക്കുള്ള പരിണാമം	12
4	ശാസ്ത്രം ദൈവത്തെ നിഷേധിച്ചോ?!	22
5	ദൈവമുണ്ടോ?!	31
6	മനുഷ്യൻ ജന്മനാ വിശ്വാസിയാണ്	37
7	പ്രപഞ്ചോത്പത്തി	45
8	ജീവോത്പത്തി, പരിണാമം	54
9	യുക്തിയും ഇസ്‌ലാമും	64

വായനക്ക് മുൻപ്..

നിരീശ്വരവാദം , യുക്തിവാദം , സ്വതന്ത്രചിന്ത എന്നീ പലപേരുകളിൽ നമ്മുടെ മുൻപിൽ പ്രത്യക്ഷപ്പെടുന്ന ചിന്താധാരകൾക്കെല്ലാം ഒരു പൊതുസ്വഭാവമാണുള്ളത്, മതനിരാസം. മതവും ദൈവവുമെല്ലാം കേവലം കെട്ടുകഥകൾ മാത്രമാണെന്നും ശാസ്ത്രീയമായും യുക്തിപരമായും ചിന്തിച്ചാൽ അതിൽ നിന്നും 'മുക്തി' നേടാമെന്നുമാണ് ഇത്തരക്കാരുടെ പ്രചാരണം. എന്നാൽ എന്താണ് വസ്തുത? ശാസ്ത്രവും യുക്തിപരമായ വിശകലനങ്ങളും ദൈവത്തിലേക്കാണോ , അതോ ദൈവനിഷേധത്തിലേക്കാണോ നമ്മെ നയിക്കുക? ഈയൊരു പഠനത്തിനുള്ള ഒരു ആമുഖമാണ് ഈ പുസ്തകം.

ഇതൊരു ആഴത്തിലുള്ള പഠനമല്ല, ഈ വിഷയത്തെ പറ്റി പഠിച്ചുതുടങ്ങാൻ ആഗ്രഹിക്കുന്നവരായ സാധാരണക്കാർക്കുള്ള ഒരു ആമുഖം മാത്രമാണ്. കൂടുതൽ പഠിക്കാനും അന്വേഷിക്കാനുമുള്ള താല്പര്യവും വിഷയത്തെ പറ്റിയുള്ള പ്രാഥമിക ധാരണയും വായനക്കാർക്ക് കിട്ടും എന്ന് പ്രതീക്ഷിക്കുന്നു. അല്ലാഹു അനുഗ്രഹിക്കട്ടെ, ആമീൻ

1. യുക്തിയാണ് താരം!

ഒരുപാട് നിരീശ്വരവാദികളോട് നേരിട്ടും ഓൺലൈനിലും ചർച്ചകൾ ചെയ്തിട്ടുണ്ട്. അതിൽ പൊതുവായി എനിക്ക് തോന്നിയ ഒരു കാര്യമെന്തെന്നാൽ, ഇവർ 'എൻറെ യുക്തി' എന്നതിനെ ഏറ്റവും വലിയ ഒരു പ്രമാണമായാണ് മനസ്സിലാക്കുന്നത് എന്നതാണ്. ഏതൊരു കാര്യം വിശദീകരിച്ചു കൊടുക്കുമ്പോഴും തനിക്ക് യുക്തിപരമായി അത് ശരിയാണെന്ന് ബോധ്യപ്പെട്ടില്ലെങ്കിൽ 'അത് യുക്തിരഹിതമാണ്, അതുകൊണ്ട് അത് തെറ്റാണ്' എന്ന ഒരു തീർപ്പിലേക്കാണ് ഇവർ പെട്ടെന്ന് എത്തുന്നത്. അവിടെ, ഓരോരുത്തരുടെയും സാമാന്യയുക്തി വ്യത്യസ്തമാണ് എന്നതോ, അതിന് ഒരുപാട് പരിമിതികളുണ്ട് എന്നതോ, അതിനാൽ തന്നെ അതിൽ അബദ്ധങ്ങൾ സംഭവിക്കാമെന്നതോ ഒന്നും അവർ പരിഗണിച്ചു കാണുന്നില്ല.

യുക്തിപരം, യുക്തിരഹിതം എന്ന് കാര്യങ്ങളെ തീർപ്പ് കൽപ്പിക്കാൻ ഇവർ ഉപയോഗിക്കുന്നത് കോമൺസെൻസ്, അഥവാ സാമാന്യയുക്തിയാണ്. ഓരോരുത്തരുടെയും സാമാന്യയുക്തി വ്യത്യസ്തമാണ്. ഒരാളുടെ ചെറുപ്പത്തിലെ അനുഭവങ്ങൾ, അയാൾ കേൾക്കുകയും കാണുകയും

വായിക്കുകയും ചെയ്യുക വഴി അയാൾ ആർജ്ജിക്കുന്ന വിജ്ഞാനങ്ങൾ, അയാളുടെ സാമൂഹ്യപരിസരം, കൂട്ടുകെട്ടുകൾ, ഇങ്ങനെ അനേകം കാര്യങ്ങളാണ് ഒരാളുടെ സാമാന്യയുക്തിയെ രൂപപ്പെടുത്തുന്നത്. ഇതെല്ലാം ഓരോരുത്തർക്കും വ്യത്യസ്തമായത് കൊണ്ടുതന്നെ, ഓരോരുത്തരുടെ ചിന്തകളും വ്യത്യസ്തമായിരിക്കും. അല്ലെങ്കിൽ എല്ലാവരും ഒരേപോലെയായിരിക്കുമല്ലോ ചിന്തിക്കുക!

ഇവിടെയാണ്, താൻ കേൾക്കുകയും ശരിയാണെന്ന് മനസിലാക്കുകയും ചെയ്ത മതരഹിത ലോകവീക്ഷണവും ജീവിതവീക്ഷണവും പുലർത്തുന്ന ഒരാൾ, അതിൽ നിന്ന് ഉടലെടുക്കുന്ന ചിന്തകളും , അതിന്റെ അടിസ്ഥാനത്തിൽ തനിക്ക് തോന്നുന്ന 'യുക്തി'യുമാണ് ശരി എന്ന് ഉറച്ചു വിശ്വസിക്കുന്നത്. ആ വിശ്വാസത്തെ അവരുടെ ആത്മാർത്ഥതയായി മനസ്സിലാക്കുമ്പോൾ തന്നെ, അതിനപ്പുറത്തേക്ക് ചിന്തിക്കാൻ തയ്യാറാവാത്ത നിലപാടിനെ അവർ പുനഃപരിശോധന നടത്തേണ്ടതുണ്ട്.

പല നിരീശ്വരവാദി സുഹൃത്തുക്കളോടും സംസാരിക്കുമ്പോൾ അവർ 'മതത്തിൽ ഇന്നയിന്ന കാര്യങ്ങൾ യുക്തിരഹിതമല്ലേ?' എന്ന സ്ഥിരം ചോദ്യത്തിലേക്ക് എത്തും. അപ്പോൾ അതിന്റെ യുക്തി വിശദീകരിച്ച്, ദൈവത്തിലേക്കും അവന്റെ അസ്ഥിത്വം തെളിയിക്കുന്നതിലേക്കും ചർച്ചയെത്തും. അപ്പോൾ സ്ഥിരമായി വരുന്ന ഒരു മറുപടിയുണ്ട്, 'ദൈവമുണ്ടോ ഇല്ലേ എന്ന ചർച്ചയ്ക്ക് എനിക്ക് താല്പര്യമില്ല, എനിക്ക് അറിയേണ്ടത് ഈ വിഷയത്തിന്റെ യുക്തിയാണ്'!

ഒന്നലോചിച്ചു നോക്കൂ, മതത്തിലെ ഒരു കാര്യം വിശദീകരിക്കുമ്പോൾ , ദൈവവുമായി ബന്ധപ്പെടുത്തിയേ ആ വിശദീകരണം പൂർണമാകൂ.. ആ വിശദീകരണം ഒരു ദൈവനിഷേധിയായ ഒരാൾക്ക് അംഗീകരിക്കാൻ ഒരിക്കലും പറ്റാത്ത അയാൾ ദൈവത്തെ നിഷേധിക്കുന്നത് കൊണ്ടാണ്. അതുകൊണ്ട് ഈ ചർച്ച ആത്യന്തികമായി എത്തിച്ചേരുക 'ദൈവമുണ്ടോ?' എന്ന ചർച്ചയിലേക്കുമായിരിക്കും. പക്ഷെ അതിന് തയ്യാറല്ല! പിന്നെന്തു ചെയ്യാൻ?!

ഇവിടെ സംഭവിക്കുന്നത്, തങ്ങൾക്ക് ഈ കാര്യങ്ങൾ യുക്തിരഹിതമായി അനുഭവപ്പെടുന്നത് മതരഹിത, ദൈവനിഷേധ ലോകവീക്ഷണം തങ്ങൾ സ്വീകരിച്ചത് കൊണ്ടാണെന്നും, അത് തെറ്റുപറ്റാവുന്ന ഒന്നാണെന്നും, അതിനെ പുനഃപരിശോധന നടത്തേണ്ടി വരുമെന്നും അംഗീകരിക്കാൻ ഇവർക്ക് സാധിക്കുന്നില്ല എന്നത് മാത്രമാണ്.

'തന്റെ യുക്തി' എന്നതിനെ ഏറ്റവും പരമമായ, തെറ്റുപറ്റാത്ത, ചോദ്യം ചെയ്യാൻ പാടില്ലാത്ത ഒന്നായി പ്രതിഷ്ഠിച്ചതാണ് പ്രശ്നങ്ങളുടെ മൂലകാരണം എന്ന് ചുരുക്കം. ആ പ്രശ്നം തിരിച്ചറിയുന്നിടത്താണ് പഠനം തുടങ്ങുന്നത്, സത്യം വെളിപ്പെടുന്നത്.

2. യുക്തിവാദത്തിന്റെ തുടക്കം

ഭൗതികവാദത്തിന്റെ, അഥവാ ഭൗതികേതരമായി യാതൊന്നുമില്ലെന്ന വിശ്വാസത്തിന്റെ ഒരു ധാരയാണ് റാഷണലിസം അഥവാ യുക്തിവാദം. ഇന്ന് യുക്തിവാദം എന്നത് നിരീശ്വരവാദത്തിന്റെ ഒരു പര്യായപദമായി പോലും ഉപയോഗിക്കപ്പെടുന്ന അവസ്ഥയിലേക്ക് എത്തിയതിനെ പറ്റി മനസ്സിലാക്കാൻ അതിന്റെ തുടക്കത്തെ പറ്റിയും തുടർച്ചയെ പറ്റിയുമുള്ള ധാരണ ഏറെ പ്രധാനമാണ്.

യുക്തിവാദപ്രസ്ഥാനങ്ങളുടെ തുടക്കം പരിശോധിച്ചാൽ പൊതുവായി കാണുന്ന ഒരു സാമ്യതയുണ്ട്, യൂറോപ്പിലാണെങ്കിലും കേരളത്തിലാണെങ്കിലും അത് ഉത്ഭവിച്ചതും വളർന്നതും സമൂഹത്തിൽ നിലനിൽക്കുന്ന മതപൗരോഹിത്യത്തിന്റെ ചൂഷണങ്ങളോടും അക്രമങ്ങളോടും പടവെട്ടിയാണ്. ആ നിലക്ക് ചരിത്രപരമായ ഒരു പ്രാധാന്യം ഇത്തരം പ്രസ്ഥാനങ്ങൾക്ക് ഉണ്ട് എന്നത് ഒരു വസ്തുതയാണ്. പൂർണമായും കത്തോലിക്കാ പൗരോഹിത്യത്തിന്റെ അധീനതയിലായിരുന്നു പതിനഞ്ചാം നൂറ്റാണ്ടിലെ യൂറോപ്പ്. പൂർണമായ രൂപത്തിൽ മനുഷ്യന്റെ ചിന്തകളെയും വ്യവഹാരങ്ങളെയും പൗരോഹിത്യം നിയന്ത്രിച്ചു.

ഒരർത്ഥത്തിൽ പറഞ്ഞാൽ ചിന്തകൾക്കുപോലും വിലക്കുവീണ കാലഘട്ടം. എന്തുപറയണമെങ്കിലും, എഴുതണമെങ്കിലും അത് പൗരോഹിത്യത്തിന്റെ അഭിപ്രായത്തോട് യോജിക്കുന്നുണ്ടോ എന്ന് നോക്കേണ്ട അവസ്ഥ. യോജിക്കുന്നില്ലെങ്കിൽ അത് പറയാതിരിക്കലാണ് 'ആരോഗ്യത്തിന്' നല്ലത്!

അതുകൊണ്ടാണ് കോപ്പർനിക്കസ് തന്റെ കണ്ടുപിടിത്തങ്ങൾ ലോകത്തോട് വിളിച്ചുപറയാൻ ഭയപ്പെട്ടത്. ഗലീലിയോ അതിന്റെ പേരിൽ നാടുകടത്തപ്പെട്ടത്, ബ്രൂണോ കൊല്ലപ്പെട്ടത്! ഇങ്ങനെ ചിന്തയെയും യുക്തിയെയും പൂർണമായി പൗരോഹിത്യത്തിന് അടിയറവു വെച്ചെങ്കിൽ മാത്രമേ ജീവിക്കാനൊക്കൂ എന്ന തിട്ടൂരത്തോട് പടവെട്ടിയാണ് ആധുനിക 'യുക്തിവാദ'ത്തിന്റെ തുടക്കം. യുക്തിചിന്തക്കും ശാസ്ത്രത്തിനും വളരണമെങ്കിൽ അത് പൗരോഹിത്യത്തോട് കലഹിച്ചും പടവെട്ടിയും മാത്രമേ സാധിക്കൂ എന്നതായിരുന്നു യൂറോപ്പിന്റെ ആ കാലഘട്ടത്തിലെ യാഥാർഥ്യം. അവർ കണ്ട മതം പുരോഹിതമതം മാത്രമായതിനാൽ അവരത് മതത്തിനെതിരായ ഒരു പടവെട്ടലായി മനസിലാക്കുകയും ചെയ്തു. അഥവാ ശാസ്ത്രത്തിനും യുക്തിചിന്തക്കും എതിരാണ്, അല്ലെങ്കിൽ എതിരായിരിക്കും മതം!

എന്നാലിത് യൂറോപ്പിലെ ആ കാലത്തിലെ പൗരോഹിത്യത്തിന്റെ പ്രശ്നമാണെന്ന് ബോധ്യപ്പെടാൻ അല്പം കൂടി പിന്നോട്ടുപോയാൽ മതിയാകും. കോപ്പർനിക്കസ് പോലും തന്റെ സൗരകേന്ദ്രീകൃത പ്രാപഞ്ചിക മാതൃക കടമെടുത്ത ഇസ്‌ലാമിക ലോകത്തേക്ക്.. അവിടെ ഈ കണ്ടതുപോലെ മതവും ശാസ്ത്രവും തമ്മിലുള്ള പോരാട്ടമല്ല

നമുക്ക് കാണാനാകുക. മറിച്ച് പാരസ്പര്യത്തിന്റെ തുല്യതയില്ലാത്ത മാതൃകയാണ്.

ശാസ്ത്രപഠനം, അഥവാ പ്രപഞ്ചത്തെ പറ്റിയുള്ള പഠനങ്ങളും ഗവേഷണങ്ങളും തങ്ങളുടെ മതപരമായ ബാധ്യതായിക്കൂടി ഏറ്റെടുത്ത ഒരു സമൂഹം. അതിനായി ഖജനാവിന്റെ വലിയൊരു പങ്ക് മാറ്റിവെക്കുന്ന ഭരണാധികാരികൾ, മതപഠനത്തോടൊപ്പം ശാസ്ത്രപഠനവും ഗവേഷണവും ഒരുമിച്ചു കൊണ്ടുപോകുന്ന പണ്ഡിതന്മാർ, ലോകത്തിന്റെ വിവിധ ഭാഗങ്ങളിലുള്ള വിജ്ഞാനങ്ങൾ ഭാഷാന്തരം ചെയ്യാൻ നിയമിക്കപ്പെട്ട ബഹുഭാഷാ വിദഗ്ശർ... ഇസ്‌ലാമിക ലോകത്ത് നാം കണ്ടത് മേല്പറഞ്ഞതുപോലെയുള്ള ഒരു ഏറ്റുമുട്ടലിന്റെ ചിത്രമേ ആയിരുന്നില്ല! യൂറോപ്പിന്റെ പതിനഞ്ചാം നൂറ്റാണ്ടിലെ ചരിത്രം മാത്രമെടുത്ത് മതവും യുക്തിയും ഒരുമിച്ചു പോകില്ലെന്ന് വിധിയെഴുതുന്നവർ കാണാതെ പോകുന്നത് ഈ ചരിത്രമാണ്.

കേരളത്തിലെയും ചരിത്രം വ്യത്യസ്തമായിരുന്നില്ല. ഒരുകാലത്ത് അന്ധവിശ്വാസങ്ങളോടും ജാതിവ്യവസ്ഥകൾ പോലുള്ള അനീതികളോടും പോരാടി കേരളമണ്ണിൽ ചെറുതല്ലാത്ത സ്വാധീനം ചെലുത്തിയിരുന്നു യുക്തിവാദ പ്രസ്ഥാനങ്ങൾ. പൗരോഹിത്യത്തിന്റെ ചൂഷണങ്ങളെയും അന്ധവിശ്വാസങ്ങളെയും തുറന്നുകാട്ടുകയും, മിശ്രഭോജനം പോലുള്ള വിപ്ലവപ്രവർത്തനങ്ങൾ നടത്തുകയും ചെയ്ത അവർ പതിയെ മതത്തിന്റെ പേരിലുള്ള ചൂഷണങ്ങൾ എന്നതിൽ നിന്ന് മതം തന്നെ ചൂഷണമാണ് എന്ന നിലപാടിലേക്ക് പിന്നീട് മാറുകയായിരുന്നു.

3. മതവിരുദ്ധതയിലേക്കുള്ള പരിണാമം

ഇരുപതാം നൂറ്റാണ്ടിലെ യുക്തിവാദികൾ ഏറെ ആത്മവിശ്വാസത്തിലായിരുന്നു. തങ്ങളാണ് യുക്തിയുടെയും ശാസ്ത്രത്തിന്റെയും വക്താക്കളെന്നും, മതം അതിനെതിരാണെന്നും അവർ ഉറച്ചു വിശ്വസിച്ചു. യുക്തിചിന്തയുടെയും ശാസ്ത്രബോധത്തിന്റെയും പ്രചാരകരെന്ന പരിവേഷം നന്നായി ഉപയോഗപ്പെടുത്തിയ അവർ മതമില്ലാത്ത ലോകത്തെ പറ്റി വാചാലരായി.. ഏതാനം പതിറ്റാണ്ടുകൾക്കുള്ളിൽ തന്നെ 'ദൈവം മരിക്കുമെന്നും' മതങ്ങൾ മണ്ണടിയുമെന്നും സ്വപ്നം കാണാൻ ആഗോളതലത്തിലുള്ള സംഭവവികാസങ്ങൾ അവരെ പ്രേരിപ്പിച്ചു. മനുഷ്യന്റെ അജ്ഞതയാണ് ദൈവവിശ്വാസത്തിന് കാരണമെന്നവർ വിശ്വസിച്ചു. ശാസ്ത്രത്തിന്റെ വളർച്ച അജ്ഞതയില്ലാതാക്കുമെന്നും അതുവഴി ദൈവത്തെ പതിയെ സമൂഹം കൈവെടിയും എന്നുമായിരുന്നു അവർ വിചാരിച്ചിരുന്നത്. ഓരോ ശാസ്ത്രീയ മുന്നേറ്റവും ദൈവത്തെയില്ലാതാക്കാനുള്ള പ്രക്രിയയിലെ ചവിട്ടുപടിയായി അവർ ആഘോഷിച്ചു.

എന്നാൽ സംഭവിച്ചത് നേരെ മറിച്ചായിരുന്നു. ശാസ്ത്രത്തിന്റെ വളർച്ചയും യുക്തിചിന്തയുടെ വ്യാപനവും ദൈവത്തെ ഇല്ലാതാക്കിയില്ലെന്ന് മാത്രമല്ല നിരീശ്വരവാദികൾ പ്രചരിപ്പിച്ചത് പോലെയല്ല കാര്യങ്ങളെന്ന് കൂടുതൽ വ്യക്തമാകുന്നതുമായിരുന്നു കണ്ടത്. ശാസ്ത്രീയ പഠനങ്ങൾ പ്രപഞ്ചത്തിന്റെ സങ്കീർണ്ണതകളും ജൈവലോകത്തെ അത്ഭുതങ്ങളും ബോധ്യമാക്കി തരികയും, അതുവഴി സ്രഷ്ടാവിന്റെ അസ്തിത്വത്തിലേക്ക് തന്നെ വിരല്ലൂണ്ടുകയും ചെയ്യുന്നതുമായിരുന്നു. പ്രാപഞ്ചിക പ്രതിഭാസങ്ങളിലെല്ലാം കാണപ്പെടുന്ന കൃത്യമായ ആസൂത്രണം ഒരു ആസൂത്രകനെ വ്യക്തമാക്കുന്നു എന്നതും പദാർഥ പ്രപഞ്ചത്തെ പോലും പൂർണമായി അറിയാനോ പഠിക്കാനോ പോലും സാധ്യമല്ല എന്ന തിരിച്ചറിവുമെല്ലാം ശാസ്ത്രത്തിന്റെ ചിലവിൽ നിരീശ്വര വിശ്വാസം പ്രചരിപ്പിച്ചവർക്ക് തിരിച്ചടിയായി.

ശാസ്ത്രത്തിന്റെ ഊന്നുവടി നഷ്ടപ്പെടുമെന്ന തിരിച്ചറിവായിരിക്കണം ഇടക്കാലത്ത് മാനവികതയുടെ മുഖംമൂടിയണിഞ്ഞു രംഗത്ത് വരാൻ അവരെ പ്രേരിപ്പിച്ചത്. മനുഷ്യൻെറ അവകാശങ്ങളെ പൊലിപ്പിച്ചു കാട്ടിക്കൊണ്ട് രംഗത്തുവന്ന ഹ്യൂമണിസ്റ്റുകൾ മതം മാനവികതയ്ക്ക് വിരുദ്ധമാണെന്നും മതമൊരു മർദ്ദനോപാദി മാത്രമാണെന്നും പ്രസംഗിക്കുവാൻ തുടങ്ങി. മനുഷ്യനെ മനുഷ്യനായി കാണാൻ മതങ്ങൾക്ക് സാധിക്കില്ലെന്നും മതങ്ങളുടെ മതിൽക്കെട്ടുകൾ തകർത്തെറിഞ്ഞാൽ മാത്രമേ അത് സാധ്യമാക്കൂ എന്നുമവർ വീമ്പുപറഞ്ഞു! എല്ലാ പീഡനങ്ങൾക്കും മതത്തെ പഴിചാരി ആവർ സായൂജ്യമടഞ്ഞു. എന്നാൽ ഇതിനധികം ആയുസ്സുണ്ടായിരുന്നില്ല. ഇരുപതാം നൂറ്റാണ്ടിലേക്ക്

മതത്തെ വലിച്ചെറിഞ്ഞുകൊണ്ട് കടന്ന യൂറോപ്പിന്റെ മനസ്സാക്ഷിയെ ഞെട്ടിച്ചുകൊണ്ടാണ് രണ്ടു ലോകമഹായുദ്ധങ്ങളും അനുബന്ധമായി അണുവിസ്ഫോടനങ്ങളും നടക്കുന്നത്. മതമാണ് സർവ്വ പീഡനങ്ങൾക്കും കാരണമെന്ന് പാടിപ്പറഞ്ഞു നടന്നിരുന്നവർക്ക് ഒരു മതത്തിൻറെയും പേരിലുമല്ലാതെ നടന്ന ഈ കൊടിയ ക്രൂരതകൾ ഏൽപിച്ച ആഘാതം ചെറുതൊന്നുമായിരുന്നില്ല. തങ്ങൾ ഉദ്ഘോഷിച്ചു കൊണ്ടുനടന്ന ശാസ്ത്ര സാങ്കേതിക വിദ്യകളുപയോഗിച്ചാണ് ലക്ഷങ്ങളെ ചുട്ടെരിക്കാൻ എളുപ്പം കഴിഞ്ഞത് എന്നത് അതിനപ്പുറമുള്ള ധാർമികതയുടെ അളവുകോലുകളെ പറ്റിയുള്ള അന്വേഷണങ്ങൾക്ക് ആക്കം പകർന്നു. ഹ്യൂമണിസ്റ്റ് ഭൗതികവാദികൾക്ക് തന്നെ തങ്ങൾക്കിനി മാനവികത പ്രസംഗിച്ച് മതത്തെ ആക്രമിക്കാൻ പഴുതില്ലെന്ന് ബോധ്യപ്പെടും വിധം അവരുടെ മനുഷ്യസങ്കല്പം ചോദ്യം ചെയ്യപ്പെട്ടിരുന്നു.

ദൈവത്തെയും മതങ്ങളെയും തള്ളിപ്പറഞ്ഞ് നടക്കുന്നവർക്ക് ബുദ്ധിജീവി പട്ടം ചാർത്തപ്പെട്ടിരുന്ന, നിരീശ്വരവാദം ഒരു ഫാഷനായിരുന്ന ക്യാമ്പസുകളിൽ നിന്ന്, പതിയെ നിരീശ്വരവാദിയാണെന്ന് പറയാൻ അപകർഷത തോന്നുന്ന തരത്തിലേക്ക് കാര്യങ്ങൾ മാറി. ധാർമികതയുടെയും മതനിയമങ്ങളുടെയും അതിരുകൾ ലംഘിച്ച് താന്തോന്നികളാകാൻ ആഗ്രഹിക്കുന്നവരുടെ ഒരു കൂട്ടം മാത്രമായി ചുരുങ്ങുകയായിരുന്നു അവർ. തിന്നുക കുടിക്കുക രമിക്കുക രസിക്കുക എന്നതിലപ്പുറം അജണ്ടകളോ അടിത്തറയോ ഇല്ലാത്ത അവർ പിന്നീട് പ്രത്യയശാസ്ത്രങ്ങളുടെയും ഇസങ്ങളുടെയും കൂടെ അലിഞ്ഞില്ലാതാവുകയായിരുന്നു.

ഇങ്ങനെ ചക്രശ്വാസം വലിച്ച് മരണക്കിടക്കയിലായിരുന്ന നിരീശ്വര വിശ്വാസത്തിന് ഒരു പുനർജ്ജന്മമായാണ് ഭീകരവാദത്തെയും മതത്തെയും കൂട്ടിക്കെട്ടികൊണ്ടുള്ള ചർച്ചകൾ ആരംഭിക്കുന്നത്. ഒന്നുക്കൂടെ കൃത്യമായി പറഞ്ഞാൽ 2001 സെപ്റ്റംബർ 11 ലെ വേൾഡ് ട്രേഡ് സെൻററ് ആക്രമണവും അതുമായി ബന്ധപ്പെട്ട ചർച്ചകളും ഏറെക്കുറെ നിർജ്ജീവാവസ്ഥയിലായിരുന്ന നിരീശ്വരവിശ്വാസത്തിന് 'നവനാസ്തികത' (New Atheism) എന്ന പേരിൽ ഉയർത്തെഴുനേൽക്കാൻ അവസരം നൽകുകയായിരുന്നു. ഭീകരവാദ പ്രവണതകളുടെ മൊത്തം ഉത്തരവാദിത്വം ഖുർആനിനും ഇസ്ലാമിനും മേൽ ചാർത്തിയ പാശ്ചാത്യമാധ്യമങ്ങൾ ഒരുക്കിയ ഉഴുതുമറിച്ചിട്ട പാടത്ത് ഇസ്ലാം വിരുദ്ധതയുടെ വിത്തെറിഞ്ഞ് യഥേഷ്ടം വിളവെടുക്കാൻ അവർ തയ്യാറായി. ദാർശനികമായി തങ്ങളുടെ വാദം സമർത്തിക്കുന്നതിന് പകരം മതവിമർശനം വഴി മൈലേജുണ്ടാക്കാനായിരുന്നു അവർ ശ്രമിച്ചത്. ശാസ്ത്രത്തിന്റെയും യുക്തിയുടെയും പേരുപറഞ്ഞ് ആളെക്കൂട്ടിയവർ കേവല മതവിമർശന തൊഴിലാളികളാകുന്നതാണ് പിന്നീട് നാം കണ്ടത്.

ഭൗതികവാദത്തിന് ഏറ്റവും കൂടുതൽ ആശയപരമായ ആക്രമണം നേരിടേണ്ടി വന്നത് ഇസ്ലാമിക ലോകത്ത് നിന്നായത് കൊണ്ടാവണം, ഈ മതവിമർശനങ്ങളിൽ മിക്കതും ഇസ്ലാമിന് നേരെ തന്നെയായിരുന്നു. സൈദ്ധാന്തികമായി ആശയം സമർഥിക്കാനോ മുസ്ലിം ലോകത്ത് നിന്ന് വന്ന വിമർശനങ്ങളെ പ്രതിരോധിക്കാനോ തയ്യാറാകാതെ ഇസ്ലാം വിരുദ്ധതയുടെ പ്രചാരണം ഇമത്തിൽ ഏറ്റെടുത്ത അവർ ഖുർആൻ വചനങ്ങളെയും പ്രവാചക വചനങ്ങളെയും വളച്ചൊടിച്ചും സന്ദർഭത്തിൽ

നിന്ന് അടർത്തിയെടുത്ത് ദുർവ്യാഖ്യാനിച്ചും കിട്ടിയ അവസരം പരമാവധി മുതലെടുത്തു. അവയിൽ പലതും ഓറിയെന്റലിസ്റ്റുകളുടെയും മിഷനറിമാരുടേയും ഇസ്‌ലാം വിമർശനങ്ങൾ അതേപടി പകർത്തിയതായിരുന്നു.

ഇങ്ങനെ, തങ്ങളുടെ യുക്തിക്കും ബുദ്ധിക്കും യോജിക്കാത്തത് കൊണ്ട് ഞങ്ങൾ ദൈവത്തിൽ വിശ്വസിക്കുന്നില്ല എന്ന നിലപാടിൽ നിന്നും ദൈവവിശ്വാസവും മതങ്ങളും തന്നെ തിന്മയാനെന്നും, അതാണ് എല്ലാ പ്രശ്നങ്ങൾക്കും കാരണം എന്ന ഒരു നിലപാടിലേക്കുള്ള മാറ്റമായിരുന്നു നവനാസ്തികതയുടെ കടന്നുവരവോടെ കണ്ടത്. ഈയൊരു മാറ്റം ലോകത്തെമ്പാടും കാണാനും തുടങ്ങി. കേരളത്തിൽ ചില മുസ്‌ലിം നാമധാരികളും മറ്റും മുഴുവൻസമയ മതവിമർശകരായി രംഗത്ത് വരുന്നത് അങ്ങനെയാണ്. ആശയപരമായ ചർച്ചകൾക്കും മൗലികമായ വിഷയങ്ങൾക്കും പകരം വേദഗ്രന്ഥങ്ങളിലെ വചനങ്ങൾ കോട്ടിമാട്ടിയും ആധികാരികതയുടെ തരിമ്പ് പോലുമില്ലാത്ത 'ചരിത്ര'ങ്ങളും വരെ ഉദ്ധരിച്ചുകൊണ്ടുള്ള വാചകക്കസർത്തുകൾക്ക് 'യുക്തിവാദി' വേദികളും പേജുകളും നീക്കിവെക്കപ്പെട്ടു.

മതത്തെ മുൻപും നിരീശ്വരവാദികൾ വിമർശിച്ചിട്ടുണ്ട്. കേരളത്തിൽ തന്നെ ഇടമറുകിനെ പോലുള്ളവർ 'ക്രിസ്തുവും കൃഷ്ണനും ജീവിച്ചിരുന്നില്ല' തുടങ്ങിയ പുസ്തകങ്ങളും ഇസ്‌ലാം വിമർശന ഗ്രന്ഥങ്ങളുമൊക്കെ പ്രസിദ്ധീകരിച്ചിരുന്നു. അക്കാലത്ത് അതൊക്കെ ചർച്ചയാവുകയും ഇസ്‌ലാമിക പണ്ഡിതന്മാർ വളരെ ആവേശത്തോടെ അവയ്ക്ക് മറുപടി

പറയുകയും ചെയ്തിരുന്ന ചരിത്രമൊക്കെ നമുക്ക് കാണാനാകും. അതായത് തങ്ങളുടെ ആശയപ്രചാരണത്തിന്റെ ഭാഗമായി മതങ്ങളെയും അവയിലെ വിശ്വാസങ്ങളെയും വിമർശിക്കുക എന്നത് മുൻപും ഇവർ ചെയ്തിട്ടുണ്ട്. എന്നാൽ അന്നൊന്നുമില്ലാതിരുന്ന തരത്തിൽ മതവിമർശനം എന്ന കേവല അജണ്ടയിലേക്ക് ഒതുങ്ങിപ്പോകുന്ന തരത്തിലുള്ള മാറ്റം ഈ പറഞ്ഞ നവനാസ്തികതയുടെ കടന്നുവരവോടെയാണ് കാണാനായത്.

ഇന്ന് ഏത് നിരീശ്വരവാദിയോട് ചർച്ച ചെയ്യാനിരുന്നാലും ഉടൻ അവൻ മതവിമർശനങ്ങളുടെ ഒരു നീണ്ട നിര തന്നെ നിരത്തും. ഇതിനോരോന്നിനും പരിശോധിച്ചു കൃത്യമായ മറുപടികൾ കൊടുക്കുമ്പോഴെക്ക് അടുത്ത മതവിമർശനം ഉന്നയിക്കും. ഇങ്ങനെ ദൈവവിശ്വാസവും നിരീശ്വരവിശ്വാസവും തമ്മിലുള്ള ചർച്ചകൾ തന്നെ 'നബിയുടെ ഭാര്യമാരിലും സ്വർഗത്തിലെ ഹൂറിമാരിലും' ഒതുങ്ങുന്ന പരിഹാസ്യമായ കാഴ്ച!

ഇവിടെയാണ് ഈ രണ്ട് ആശയധാരകൾ തമ്മിലുള്ള ഏറ്റവും മൗലികമായ വിഷയങ്ങളിലേക്ക് ചർച്ചകൾ കൊണ്ട് വരാതിരിക്കാനുള്ള ബോധപൂർവ്വമായ ഒരു മുൻകരുതൽ കൃത്യമായി കാണാൻ സാധിക്കുന്നത്. എന്തുകൊണ്ടാണ് ദൈവമുണ്ടോ, പ്രപഞ്ചം ആകസ്മികമായി ഉണ്ടാവുമോ, ജീവന്റെ ഉല്പത്തി എങ്ങനെയാണ് എന്നൊന്നും ചർച്ച ചെയ്യാൻ ഇന്നൊരു നിരീശ്വരവാദിയെയും കിട്ടാത്തത്?! അവ ചർച്ച ചെയ്യാൻ തുടങ്ങുമ്പോഴേക്ക് എന്തിനാണവർ പഴകിപ്പുളിച്ച, ഒരായിരം വട്ടം ഇസ്ലാമിക പണ്ഡിതന്മാർ മറുപടി പറഞ്ഞ ആരോപണങ്ങളുന്നയിച്ച് ഓടിപ്പോകുന്നത്?! ഇനി, വാദത്തിന വേണ്ടി നിങ്ങളീ

പറയുന്ന തരത്തില്‍ മതങ്ങളുടെ സ്വര്‍ഗ്ഗനരകങ്ങളുമായി ബന്ധപ്പെട്ട കാഴ്ചപ്പാടിലും പ്രവാചകന്മാരുടെയും മാതാചാര്യന്മാരുടേയും ജീവിതത്തിലും പ്രശ്നങ്ങളുണ്ട് എന്ന് തന്നെ സങ്കല്പിക്കുക, എങ്കില്‍പോലും എങ്ങനെയാണ് കൂട്ടരേ എല്ലാം തനിയെ ഉണ്ടായി എന്നും ഒന്നുമില്ലായ്മ എന്തിനെയൊക്കെയോ സൃഷ്ടിച്ചു എന്നുള്ള തരത്തിലുള്ള നിങ്ങളുടെ യുക്തിരഹിതമായ ഭീമാന്ധവിശ്വാസങ്ങള്‍ക്ക് തെളിവാകുക?! യാദൃശ്ചികമായി എന്തൊക്കെയോ എങ്ങനെയൊക്കെയോ കൂടിച്ചേര്‍ന്ന് ഉണ്ടായതാണ് ഈ മഹാപ്രപഞ്ചവും അതിലെ വിവിധ ജീവജാലങ്ങളുമെല്ലാം എന്ന ലോകത്തിലെ ഏറ്റവും വലിയ യുക്തിരാഹിത്യത്തിന്‍റെ ആഴം പൊതുജനം മനസ്സിലാക്കുന്നതില്‍ നിന്ന് തടയാന്‍ ഇതിന് സാധിക്കുമെന്നാണോ നിങ്ങള്‍ കരുതുന്നത്?!

ഇതായിരുന്നില്ല മതവും നിരീശ്വരവാദവും തമ്മിലുള്ള സംഘട്ടനത്തിന്റെ ചരിത്രം. ഡോ.ഉസ്മാന്‍ സാഹിബിനെ പോലുള്ള അന്നത്തെ നിരീശ്വരവാദികളും കെ.സി അബൂബക്കര്‍ മൗലവിയെ പോലുള്ള പണ്ഡിതന്മാരും തമ്മില്‍ ഭൗതികവാദത്തിന്റെ അടിസ്ഥാന വിഷയങ്ങളെ കുറിച്ചായിരുന്നു സംവദിച്ചിരുന്നത്. പിന്നീട് ഡോ.ഉസ്മാന്‍ സാഹിബ് ദൈവവിശ്വാസിയാകുന്നതും സല്‍സബീലിലൂടെ എം.സി ജോസഫിനെ പോലുള്ള നിരീശ്വരവാദികളോട് തൂലികാ സംവാദം നടത്തുന്നതും ചരിത്രത്തില്‍ കാണാനാകും. പ്രസ്തുത സംവാദങ്ങളില്‍ ഈ യുക്തിരഹിതവാദങ്ങളുടെ പൊള്ളത്തരങ്ങള്‍ കൃത്യമായി പൊതുജനത്തിന് മനസ്സിലാവുകയും ചെയ്തു. ഈ സംവാദങ്ങള്‍ നല്‍കിയ തിരിച്ചറിവുകള്‍ തന്നെയായിരിക്കണം ഇടമറുകിനെ പോലുള്ളവരെ ഇന്നുള്ള

തരത്തിലല്ലെങ്കിലും പതിയെ മതവിമർശനങ്ങളിലേക്ക് കടക്കാനും ചക്രശ്വാസം വലിക്കുന്ന യുക്തിവാദ പ്രസ്ഥാനങ്ങൾക്ക് ചെറിയൊരു ആശ്വാസമെങ്കിലും നേടിക്കൊടുക്കാനും പ്രേരകമായത്. എന്നാൽ ആ കാലത്തെ ഇസ്ലാമിക പണ്ഡിതന്മാർ അതൊരു വെല്ലുവിളിയായി ഏറ്റെടുക്കുകയും ഓരോന്നിനും അക്കമിട്ട് മറുപടി നൽകുകയും ചെയ്തതോടെ പതനം പൂർണമാവുകയായിരുന്നു.

ദാർശനിക ചർച്ചകളിൽ പിടിച്ചുനിൽക്കാൻ സാധിക്കില്ല എന്ന അന്നേയുള്ള തിരിച്ചറിവ് തന്നെയാണ് ഇന്നത്തെ നിലപാട് മാറ്റത്തിനും കാരണം. പുറമെ തങ്ങൾ ശാസ്ത്രത്തിൻെറ കാവലാളുകളാണ് എന്ന് വരുത്തി തീർക്കുകയും 'ശാസ്ത്ര പ്രചാരകർ എന്ന് സ്വയം വിശേഷിപ്പിക്കുകയും എന്നാൽ മതവുമായുള്ള ആശയസംവാദങ്ങളിൽ മതവിമർശനം മാത്രം നടത്തി തടിയൂരുകയും ചെയ്യുന്ന രീതി നവനാസ്തികർക്ക് വല്ലാതങ്ങ് ആശ്വാസം നൽകുന്നുണ്ടെന്ന് തോന്നുന്നു. എന്നാൽ ശാസ്ത്രീയമായോ യുക്തിസഹമായോ തങ്ങളുടെ വിശ്വാസം തെളിയിക്കാൻ, അതുമായി ബന്ധപ്പെട്ടുവരുന്ന ചർച്ചകളോട് പ്രതികരിക്കാൻ, അത്തരം ചർച്ചകളിൽ 'ചെന്നുപെടാതിരിക്കാൻ' അവർ നല്ലവണ്ണം ശ്രദ്ധിക്കുന്നുണ്ട്.

മതവിമർശനങ്ങളുടെ പ്രളയത്തിൽ ദാർശനിക ചർച്ചകൾ അറിയാതെ മുങ്ങിപ്പോകുന്നതല്ല, മറിച്ച് ശാസ്ത്രരംഗത്ത് വന്നിട്ടുള്ള വളർച്ചകൾ തങ്ങൾ കരുതുന്നതിനപ്പുറമാണ് യാഥാർത്ഥ്യങ്ങൾ എന്ന് അടിക്കടി ബോധ്യപ്പെടുത്തുന്നത് കൊണ്ടുള്ള ഒരു ഒളിച്ചോട്ടം തന്നെയാണത്. നൂട്ടോണിയൻ ഫിസിക്സിൻെറ ബലത്തിൽ ഇനിയൊരു ദൈവത്തിൻെറ ആവശ്യമില്ലെന്ന് വിളിച്ചുപറഞ്ഞവർ, ന്യൂട്ടൺ സ്വപ്നത്തിൽ

പോലും വിചാരിക്കാത്ത തരത്തിൽ മൂന്ന് ചലനനിയമങ്ങളെ ഉപയോഗിച്ച് മതങ്ങളുടെ ശവമടക്ക് നടത്താൻ തുനിഞ്ഞിറങ്ങിയവർ ഐൻസ്റ്റീൻെറ ആപേക്ഷികതാ സിദ്ധാന്തവും ഫിസിക്സിലെ കൂടുതൽ പഠനങ്ങളും പുറത്തുവന്നപ്പോൾ പതിയെ മാളത്തിലൊളിച്ചു. ജീവൻ നിസ്സാരമാണെന്ന് വിചാരിച്ചിരുന്ന, അതിൻറെ സങ്കീർണ്ണതകൾ അറിയാത്ത കാലത്ത് വിളിച്ചു പറഞ്ഞ ജീവോല്പത്തിയെ കുറിച്ചുള്ള ഭൂലോക മണ്ടത്തരങ്ങൾ ജൈവശാസ്ത്ര രംഗത്തെ പഠനങ്ങൾ ചവറ്റുകൊട്ടയിലേക്ക് വലിച്ചെറിഞ്ഞു കഴിഞ്ഞു. പദാർത്ഥപ്രപഞ്ചത്തെ പറ്റി പോലും പൂർണ്ണമായ അറിവിൽ പഠിക്കാൻ സാധ്യമല്ലെന്ന കാര്യം ശാസ്ത്രലോകത്ത് അംഗീകരിക്കപ്പെട്ടു. സൂക്ഷ്മപ്രപഞ്ചത്തിൽ പോലും പൂർണ്ണമായ അറിവ് സാധ്യമല്ലെന്ന uncertainity principle പോലുള്ള സിദ്ധാന്തങ്ങളും സ്ഥൂലപ്രപഞ്ചം വികസിച്ചു കൊണ്ടിരിക്കുകയാണെന്നും നാം എത്ര തന്നെ പുരോഗമിച്ചാലും അതിനെ കുറിച്ച് പൂർണ്ണമായി പഠിക്കാൻ സാധ്യമല്ലെന്ന തിരിച്ചറിവുകളും പദാർത്ഥ പ്രപഞ്ചം പോലും പൂർണമായി മനസ്സിലാക്കാൻ സാധിക്കാത്ത ശാസ്ത്രത്തിൻറെ രീതികളിലൂടെയാണോ പദാർത്ഥങ്ങൾക്കും പ്രപഞ്ചത്തിനും തന്നെ അതീതനായ സ്രഷ്ടാവിനെ നേരിട്ട് കാട്ടിത്തരണം എന്ന് പറയുന്നതെന്ന മറുചോദ്യങ്ങൾ ഉയർന്നത് എത്രകാലം കണ്ടില്ലെന്ന് നടിക്കാനാവും?!

അതായത് ശാസ്ത്രത്തിൻറെ വളർച്ചയോടെ 'ദൈവം മരിക്കുമെന്ന് സ്വപ്നം കണ്ടവരെ നിരാശപ്പെടുത്തിക്കൊണ്ട് ശാസ്ത്രീയ വിജ്ഞാനങ്ങൾ തന്നെ പ്രപഞ്ചത്തിൻെറ സങ്കീർണ്ണതകളും അത്ഭുതപ്പെടുത്തുന്ന വ്യവസ്ഥാപിതത്വവും പ്രപഞ്ചത്തെ അറിയാനുള്ള ശാസ്ത്രത്തിൻറെ പരിമിധികളും

അടിവരയിട്ടുകൊണ്ട് ആവർത്തിക്കുന്നതിലുള്ള വിഷമവും പ്രയാസവും ഇന്ന് നിരീശ്വരന്മാരിൽ കാണാനാകും. ദൈവം മരിച്ചില്ലെന്ന് മാത്രമല്ല ഈ അറിവുകൾ സർവശക്തനായ ഒരു പ്രപഞ്ചാതീത ശക്തിയിലേക്ക് തന്നെ വിരൽചൂണ്ടിക്കൊണ്ടേയിരിക്കുന്നതും അവരെ തെല്ലൊന്നുമല്ല അസ്വസ്ഥപ്പെടുത്തുന്നത്. യുക്തിവാദ പ്രസ്ഥാനങ്ങളുടെ തളർച്ചയെ കുറിച്ചുള്ള ചർച്ചകളിൽ, 'ഇതായിരുന്നില്ല അറുപതുകളിൽ തങ്ങൾ സ്വപ്നം കണ്ടത് എന്ന നേതാക്കന്മാരുടെ നെടുവീർപ്പുകളിൽ നിന്ന് അത് കൃത്യമായി വായിച്ചെടുക്കാനും സാധിക്കും.

ഇങ്ങനെ എല്ലാ നിലക്കും ശാസ്ത്രലോകത്തെ വൈജ്ഞാനിക പുരോഗതികൾ തങ്ങൾക്കുമേൽ പ്രഹരമാകുമ്പോഴും നിരീശ്വരവാദത്തെ ശാസ്ത്രത്തിന്റെ പര്യായമായി അവതരിപ്പിക്കാനും ശാസ്ത്രത്തിന്റെ മൊത്തക്കുത്തക സ്വയം ഏറ്റെടുക്കാനും തയ്യാറായി വരുന്നയാളുകളെ കാണുമ്പോൾ ആർക്കാണ് ചിരി വരാതിരിക്കുക!? യുക്തിചിന്തയുടെയും ശാസ്ത്രബോധത്തിന്റെയും മനോഹരമായ ലോകത്തെ കുറിച്ച് വാചാലരായി ആളെക്കൂട്ടിയ ശേഷം വെറും നാലാംകിട മതവിമർശന തൊഴിലാളികളായി അവരെ പരിവർത്തിപ്പിച്ചെടുത്ത്, നാടിനോ സമൂഹത്തിനോ ക്രിയാത്മകമായി ഒന്നും നല്ലാനില്ലാത്ത, സോഷ്യൽ മീഡിയയിൽ പരിഹസിക്കാനും ആക്ഷേപങ്ങൾ ചൊരിയാനും മാത്രമറിയുന്ന ഒരു ചോറ്റുപട്ടാളം മാത്രമാക്കി അധപതിപ്പിക്കുന്ന നവനാസ്തികരുടെ 'ശാസ്ത്രപ്രചാരണത്തിന്റെ' കോലവും, ശാസ്ത്രത്തോടുള്ള അവരുടെ നിലപാടുകളും പൊതുജനത്തിന് മുൻപിൽ തുറന്നു കാട്ടേണ്ടിയിരിക്കുന്നു..

4. ശാസ്ത്രം ദൈവത്തെ നിഷേധിച്ചോ?!

'ശാസ്ത്രീയമായി തെളിയിക്കാതെ ദൈവത്തിലോ മതത്തിലോ ഒന്നും ഞങ്ങൾ വിശ്വസിക്കുകയില്ല' എന്ന തരത്തിലുള്ള സംസാരങ്ങൾ നിരീശ്വരവാദികളിൽ നിന്ന് കേൾക്കാത്തവർ കുറവായിരിക്കും. ഏതൊരു കാര്യവും ശാസ്ത്രീയമായ ഗവേഷണങ്ങളിലൂടെയും പരീക്ഷണങ്ങളിലൂടെയും തെളിഞ്ഞാൽ മാത്രമേ തങ്ങൾ അംഗീകരിക്കുകയുള്ളൂ എന്നവർ ആവർത്തിച്ചു പറഞ്ഞുകൊണ്ടേയിരിക്കും. അങ്ങനെ തെളിയാത്ത കാലത്തോളം ദൈവത്തെയും മതത്തെയും തങ്ങൾ നിഷേധിക്കുമെന്നും 'തെളിവിൻറെ അഭാവം അഭാവത്തിന്റെ തെളിവാണ് എന്നുമുള്ള വരട്ടുന്യായമാണ് ഇന്നവർക്ക് ആകെയുള്ള ആശ്വാസം. ശാസ്ത്രീയമായ പഠനങ്ങളും ഗവേഷണങ്ങളും പ്രപഞ്ചത്തിന്റെ സങ്കീർണ്ണതകളും വ്യവസ്ഥാപിതത്വവും ബോധ്യപ്പെടുത്തിയാലും സാമാന്യ യുക്തിപോലും അതിനൊക്കെ പിന്നിലൊരു സ്രഷ്ടാവിൻറെ കരങ്ങളുണ്ട് എന്ന് മനസ്സാക്ഷിയോട് പറഞ്ഞുകൊണ്ടേയിരുന്നാലും ഈയൊരു ന്യായം പറഞ്ഞ് ആത്മവഞ്ചന നടത്താനാണ് പലപ്പോഴും നിരീശ്വരവാദികൾ തയ്യാറാവാറുള്ളത്.

ഇത് പറയുന്നവർക്ക് ശാസ്ത്രമെന്താണെന്നോ, ശാസ്ത്രത്തിൻറെ മേഖലയെന്തെന്നോ മനസ്സിലായിട്ടില്ല എന്നതാണ് യാഥാർത്ഥ്യം. പദാർത്ഥപ്രപഞ്ചത്തെ കുറിച്ചുള്ള പഠനമാണ് ശാസ്ത്രം, അതിനെ കുറിച്ചുള്ള ഗവേഷണങ്ങളും പരീക്ഷണങ്ങളുമാണ് ശാസ്ത്രത്തിൻറെ മേഖല. ശാസ്ത്രീയമായ എന്ത് ഉപകരണങ്ങളായായും അതൊക്കെ പദാർത്ഥ പ്രപഞ്ചത്തെ പഠിക്കാൻ പ്രാപ്തമായതാണ്. അതല്ലാത്ത ഒരു കാര്യത്തെ കുറിച്ച് അന്വേഷിക്കാനോ പഠിക്കാനോ ശാസ്ത്രത്തിന സാധ്യമല്ല. എന്നാൽ ദൈവം പദാർത്ഥപ്രപഞ്ചത്തിന് അതീതനാണ്. പിന്നെങ്ങനെയാണ് പദാർത്ഥങ്ങൾക്ക് അതീതനായ, പദാർഥങ്ങളുടെ തന്നെ സ്രഷ്ടാവിനെ ഈ ഉപകരണങ്ങളും ശാസ്ത്രീയമായ രീതികളും വെച്ച് തെളിയിക്കണം എന്ന് സാമാന്യം ശാസ്ത്രബോധമുള്ള ഒരാൾ പറയുക?! സൃഷ്ടിപ്രപഞ്ചത്തിനുള്ളിലുള്ള കാര്യങ്ങളെ പറ്റി പഠിക്കാൻ ഏറ്റവും മികച്ച ഒരു മാർഗ്ഗങ്ങളിൽ ഒന്നാണ് ശാസ്ത്രം. അതുപയോഗിച്ച് ആ പ്രപഞ്ചത്തിന് പുറത്തുള്ള സ്രഷ്ടാവിനെ നേരിട്ട് കാട്ടിക്കൊടുക്കണം എന്ന് പറയുന്നത് എത്രത്തോളം പരിഹാസ്യമാണ്!

ഒരു സൗഹൃദചർച്ചയിൽ ഒരു നിരീശ്വരവാദി സുഹൃത്ത് ഈയൊരു കാര്യം ഉന്നയിച്ചപ്പോൾ അദ്ദേഹത്തോട് ഞാനാവശ്യപ്പെട്ടത് 'വൈലോപ്പിള്ളിയുടെ കവിതകൾക്ക് സാഹിത്യഭംഗി തീരെയില്ല എന്നാണ് എൻറെ വാദം, അതുണ്ട് എന്ന് താങ്കൾക്ക് ശാസ്ത്രീയമായി തെളിയിക്കാമോ' എന്നാണ്. എത്രമാത്രം യുക്തിരഹിതമായ ചോദ്യമാണത് എന്നാർക്കും മനസ്സിലാകും. എങ്ങനെയാണ് ഒരു കവിതയുടെ സാഹിത്യഭംഗി ശാസ്ത്രീയമായി തെളിയിക്കാൻ സാധിക്കുക?! കവിതയെടുത്ത് മൈക്രോസ്കോപ്പിലൂടെ നോക്കിയാൽ കാണുമോ സാഹിത്യം? കവിത അരച്ചുകലക്കി

ടെസ്റ്റ് ട്യൂബിൽ മറ്റു മിശ്രിതങ്ങളുടെ കൂടെയിട്ട് പരീക്ഷിച്ചാൽ സാഹിത്യഭംഗി തെളിഞ്ഞു വരുമോ?! ഒരിക്കലും ഏത് ശാസ്ത്രീയ പരീക്ഷണ രീതികൾ ഉപയോഗിച്ചാലും ഒരു ലബോറട്ടറിയിലും ഒരു കവിതയുടെയും സാഹിത്യഭംഗി തെളിയിക്കപ്പെടാൻ പോകുന്നില്ല. അതുകൊണ്ട് ശാസ്ത്രീയമായി തെളിയിക്കപ്പെടാതെ ഒന്നും അംഗീകരിക്കില്ലെന്ന പിടിവാശിക്കാർ വൈലോപ്പിള്ളിയുടെ കവിതകൾക്ക് സാഹിത്യഭംഗിയില്ലെന്ന് പറഞ്ഞു നടക്കുമോ ആവോ?! സാഹിത്യം എന്നത് പദാർത്ഥ ലോകത്ത് ശാസ്ത്രത്തിന്റെ ഉപകരണങ്ങളും രീതികളും ഉപയോഗിച്ച് പരീക്ഷണ നിരീക്ഷണങ്ങൾ നടത്തി കണ്ടെത്താൻ പറ്റുന്ന ഒന്നല്ല. ശാസ്ത്രീയമായി തെളിയിച്ചാലേ ഞാൻ ഈ കവിതക്ക് സാഹിത്യഭംഗിയുണ്ട് എന്ന് വിശ്വസിക്കൂ എന്നൊരാൾ വാശിപിടിച്ചാൽ നമുക്കെന്ത് ചെയ്യാൻ പറ്റും? അത് ശാസ്ത്രത്തിൻറെ മേഖലയല്ലെന്നും പദാർഥങ്ങളെ പറ്റിയുള്ള പഠനമാണ് ശാസ്ത്രമെന്നും പറഞ്ഞ് മനസ്സിലാക്കി കൊടുക്കാൻ ശ്രമിക്കുകയല്ലാതെ വേറെ നിവൃത്തിയില്ല.

മറ്റൊരുദാഹരണം പറയുകയാണെങ്കിൽ സ്നേഹം, ഭയം, വെറുപ്പ് തുടങ്ങി മനുഷ്യൻറെ വികാരങ്ങൾ 'ശാസ്ത്രീയമായി' തെളിയിക്കാൻ പറഞ്ഞാൽ എങ്ങനെയുണ്ടാകും? 'ദൈവത്തെ ശാസ്ത്രീയമായി തെളിയിക്കാത്ത കാലത്തോളം ദൈവമില്ല' എന്ന് പ്രസംഗിക്കുന്ന നിരീശ്വരവാദികൾ ഒരുപാടുണ്ടല്ലോ. അവരോട് അവരുടെ ഭാര്യമാർ 'ചേട്ടന് എന്നോട് സ്നേഹമുണ്ടെന്ന് ശാസ്ത്രീയമായി തെളിയിക്കാതെ ബന്ധം മുന്നോട്ടുപോകില്ലെന്ന് പറഞ്ഞാൽ തീരുന്ന പ്രശ്നമേയുള്ളൂ എന്നർത്ഥം! എങ്ങനെയാണ് സ്നേഹവും പ്രേമവുമെല്ലാം ശാസ്ത്രീയമായി തെളിയിക്കാനാവുക? ഇതൊന്നും ശാസ്ത്രത്തിൻറെ മേഖലയല്ല എന്നത് തന്നെയാണ്

ഒറ്റവാക്കിലുള്ള ഉത്തരം. സ്നേഹമോ പ്രേമമോ ദേഷ്യമോ ഭയമോ ഒന്നും തന്നെ ശാസ്ത്രത്തിൻറെ ഉപകരണങ്ങൾ ഉപയോഗിച്ച് കണ്ടെത്താനോ അളക്കാനോ സാധ്യമല്ല. ശാസ്ത്രത്തിന്റെ മേഖല പദാർത്ഥപ്രപഞ്ചത്തെ പറ്റിയുള്ള പഠനമാണ്. ഇതൊക്കെ ആർക്കും മനസ്സിലാക്കാൻ സാധിക്കുന്ന കേവലമായ യുക്തിയാണ്. ഇതൊക്കെ അംഗീകരിക്കാൻ പറ്റുമെങ്കിൽ ഈ പദാർത്ഥ പ്രപഞ്ചത്തെ തന്നെ സൃഷ്ടിച്ച, പദാർഥങ്ങൾക്ക് അതീതനായിട്ടുള്ള, സൃഷ്ടി പ്രപഞ്ചത്തിന് പുറത്തുള്ള ആ സ്രഷ്ടാവിനെ ഈ ഉപകരണങ്ങൾ ഉപയോഗിച്ച് തെളിയിക്കാതെ വിശ്വസിക്കില്ല എന്ന് പറയുന്നത് വെറും വാശിയല്ലാതെ മറ്റെന്താണ്?

ചുരുക്കിപ്പറഞ്ഞാൽ ദൈവം ഉണ്ടെന്നോ ഇല്ലെന്നോ നേരിട്ട് തെളിയിച്ചുതരാൻ ശാസ്ത്രത്തിന് ഒരിക്കലും സാധ്യമല്ല. കാരണം ശാസ്ത്രത്തിൻറെ പരിധികൾക്കും അപ്പുറത്താണ് ദൈവം. പദാർത്ഥപ്രപഞ്ചത്തിൽ തന്നെയുള്ള എന്തെങ്കിലും വസ്തുവിനെയോ പ്രതിമകളെയോ വ്യക്തികളെയോ ആണ് ദൈവം എന്നത്കൊണ്ട് ഉദ്ദേശിക്കുന്നത് എങ്കിൽ ഈ ചോദ്യങ്ങൾക്ക് പ്രസക്തിയുണ്ട്. എന്നാൽ ദൈവം പദാർത്ഥപ്രപഞ്ചത്തിന് അതീതനായിട്ടുള്ളവനാണ് എന്നത് കൊണ്ട് തന്നെ അവനെ കുറിച്ച് നേരിട്ട് അറിയാനോ പഠിക്കാനോ ശാസ്ത്രത്തിൻറെ ഉപകരണങ്ങളും രീതികളും പ്രാപ്തമല്ല. അതിനാൽ തന്നെ ദൈവമുണ്ട് എന്നത് ഒരു വിശ്വാസമാണെങ്കിൽ, ദൈവമില്ല എന്നതും ഒരു വിശ്വാസം തന്നെയാണ്! ശാസ്ത്രത്തിൻറെ രീതികളുപയോഗിച്ച് രണ്ട് വാദങ്ങളും നേരിട്ട് തെളിയിക്കാൻ സാധ്യമല്ല എന്നത് കൊണ്ട് തന്നെ ഉണ്ടെന്ന് വാദിക്കുന്നതും ഇല്ലെന്ന് വാദിക്കുന്നതും ഓരോരുത്തരുടെയും വിശ്വാസങ്ങൾ മാത്രം.

തൽകാലം നമുക്കതിനെ 'നിരീശ്വരവിശ്വാസം' എന്ന് വിളിക്കാം.!

ദൈവമുണ്ടെന്നോ ഇല്ലെന്നോ നേരിട്ട് തെളിയിക്കാൻ ശാസ്ത്രത്തിന് സാധ്യമല്ലെന്ന് വ്യക്തം. എന്നാൽ നേരത്തെ സൂചിപ്പിച്ചതുപോലെ ശാസ്ത്രീയമായ ഓരോ അറിവുകളും സർവ്വശക്തനായ ഒരു സ്രഷ്ടാവിൻെറ അത്യുന്നതമായ സൃഷ്ടിപ്പിലേക്ക് വിരൽചൂണ്ടുന്നു എന്നതാണ് ഏത് ശാസ്ത്രമേഖലയിലും നമുക്ക് കാണാനാവുന്നത്. ഇത് നിരീശ്വരവിശ്വാസികൾക്കും കൃത്യമായി മനസ്സിലായിട്ടുണ്ട്. അതുകൊണ്ട് തന്നെയാണ് ശാസ്ത്രത്തെ ഒരു മുൻവിധിയോടു കൂടി മാത്രമേ സമീപിക്കുകയുള്ളൂ എന്ന ഒരു നിലപാടിലേക്ക് അവർ എത്തിപ്പെട്ടത്. ദൈവമില്ല, ദൈവം ഉണ്ടാവാൻ പാടില്ല എന്ന ശക്തമായ മുൻവിധിയോടെ മാത്രമേ ഓരോ ശാസ്ത്രീയ പഠനങ്ങളെയും ഇവർ സമീപിക്കുകയുള്ളൂ!

ഒരുദാഹരണം പറയാം, ജൈവലോകത്തെ വിസ്മയിപ്പിക്കുന്ന വൈവിധ്യങ്ങളും അതിസൂക്ഷ്മവും സങ്കീർണ്ണവുമായ അവയുടെ സൃഷ്ടിപ്പും നേരിട്ട് പഠിക്കുന്ന ഒരു ജൈവശാസ്ത്ര വിദ്യാർഥിയെ സംബന്ധിച്ച് ഇതൊക്കെ തനിയെ ഉണ്ടായതാണെന്നോ കേവലം യാദൃശ്ചികമായി പരിണമിച്ചതാണെന്നോ വിശ്വസിക്കാൻ വലിയ പ്രയാസമാണ്. ഓരോ കോശത്തിലും, ഓരോ ജീനിലും അടങ്ങിയിരിക്കുന്ന അതിസൂക്ഷ്മമായ കോഡിംഗ് കേവല യാദൃശ്ചികതയുടെ ഉത്പന്നമാണെന്നു വിശ്വസിക്കാൻ അസാധ്യമാണെന്ന് തന്നെ പറയാം. ഇത് നവനാസ്തികരുടെ ആഗോള നേതാവായ റിച്ചാർഡ് ഡോക്കിൻസ് തന്നെ വളരെ കൃത്യമായി പറയുന്നുണ്ട്.

'Biology is the study of complicated things that give the appearence of having been designed for a purpose'

'ഒരു ഉദ്ദേശ്യത്തിനായി രൂപകൽപ്പന ചെയ്യപ്പെട്ടു എന്ന് തോന്നിപ്പിക്കുന്ന തരത്തിലുള്ള സങ്കീർണ്ണതകളെ കുറിച്ചുള്ള പഠനമാണ് ജീവശാസ്ത്രം' (ദ ബ്ലൈൻഡ് വാച്മേക്കർ - റിച്ചാർഡ് ഡോക്കിൻസ്)

നോക്കൂ, നാഴികക്ക് നാല്പതുവട്ടം ഇതൊന്നും ആരും രൂപകൽപന ചെയ്തതല്ലെന്ന് പറഞ്ഞുകൊണ്ടേയിരിക്കുന്ന, അത് പ്രചരിപ്പിക്കാൻ വേണ്ടി ജീവിതം ഉഴിഞ്ഞുവെച്ച മനുഷ്യന് പോലും ജീവശാസ്ത്രപഠനം അങ്ങനെ തോന്നിപ്പിക്കുമെന്ന് മനസ്സിലാവാഞ്ഞിട്ടല്ല! എത്രയൊക്കെ വ്യക്തമായാലും തങ്ങളുടെ അഹന്തയും മുൻധാരണയും അവരെ സത്യം അംഗീകരിക്കാൻ സമ്മതിക്കില്ല!

ഇവിടെയാണ് ബയോളജി പഠിക്കുമ്പോൾ വേണ്ട 'മുൻകരുതലുകൾ' എന്തൊക്കെയാണ് എന്ന് നിരീശ്വര വിശ്വാസികൾക്ക് പഠിപ്പിക്കേണ്ടി വരുന്നത്. പ്രമുഖ ശാസ്ത്രജ്ഞനും നിരീശ്വരവാദിയുമായ ഫ്രാൻസിസ് ക്രിക്ക് പറയുന്നത് കാണുക:

Biologists must constantly keep in mind that what they see was not designed, but rather evolved. (What mad persuit − Francis Crick)

"തങ്ങൾ കാണുന്നവയോന്നും രൂപകൽപന ചെയ്യപ്പെട്ടവയല്ല, മറിച്ച് പരിണമിച്ച് ഉണ്ടായതാണ് എന്നകാര്യം ജീവശാസ്ത്രജ്ഞർ നിരന്തരം മനസ്സിൽ സൂക്ഷിക്കേണ്ടതാണ്." (വാട്ട് മാഡ് പേർസ്യൂട്ട് - ഫ്രാൻസിസ് ക്രിക്ക്)

വല്ലാത്തൊരു ദുരവസ്ഥ! ജൈവശാസ്ത്ര രംഗത്ത് പഠനങ്ങൾ നടത്തുമ്പോൾ ഇതിനൊന്നും ഒരു സൃഷ്ടികർത്താവില്ല എന്ന മനസ്സിലെ വിശ്വാസത്തിന് കോട്ടം തട്ടുമോ എന്ന് ഭയന്ന് ഇടയ്ക്കിടെ വിശ്വാസം ഊട്ടിയുറപ്പിക്കണമത്രെ.! യാഥാർത്ഥ്യങ്ങൾക്ക് നേരെ ഒരുതരത്തിലും മനസ്സിനെ തുറക്കില്ലെന്ന് വാശിപിടിച്ചിരിക്കുന്ന ഹൃദയങ്ങളിലേക്ക് എങ്ങനെ സത്യത്തിൻറെ പ്രകാശം കടക്കാനാണ്?!

മറ്റൊരുദാഹരണമെടുക്കാം.. പ്രപഞ്ചോല്പത്തിയെ പറ്റി പറയുമ്പോൾ ശാസ്ത്രജ്ഞരെല്ലാം ഒരേപോലെ അംഗീകരിക്കുന്ന ഒരു വസ്തുതയാണ് അത്രെ സൂക്ഷ്മവും കൃത്യമായ വ്യവസ്ഥയോടും കൂടിയാണ് എന്നത്. അതിസൂക്ഷ്മമായ ഒരു വ്യതിചലനമെങ്കിലും ഉണ്ടായിരുന്നെങ്കിൽ പ്രപഞ്ചം തന്നെ സാധ്യമാകില്ലായിരുന്നു! ബിഗ് ബാങ്ങിൻറെ ബലം കോടിക്കണക്കിന് ആംശങ്ങളിൽ (1/10^60) ഒരു അംശമെങ്കിലും കുറവായിരുന്നെങ്കിൽ വികാസം നടക്കുകയയോ ഇന്നീ കാണുന്ന തരത്തിൽ നക്ഷത്രങ്ങളും ഗോളങ്ങളും ഗാലക്സികളും ഒന്നുമുണ്ടാവുമായിരുന്നില്ല! പ്രപഞ്ചം സാധ്യമാവാൻ വേണ്ട അനേകം ഘടകങ്ങളിൽ ഏതെങ്കിലും ഒന്നിൽ അനേകായിരം കോടി അംശങ്ങളിൽ (പ്രയോഗത്തിന്റെ പരിമിധി കൊണ്ടാണ് ഇങ്ങനെ കണക്കാക്കി പറയുന്നത് – അതിലും എത്രയോ വലിയ സംഖ്യയാണ്) ഒരു അംശം വ്യത്യാസമെങ്കിലും ഉണ്ടായിരുന്നെങ്കിൽ ഇന്നീ പ്രപഞ്ചം നിലനിൽക്കുമായിരുന്നില്ല. സ്റ്റീഫൻ ഹോക്കിങ്ങിന്റെ 'ബ്രീഫ് ഹിസ്റ്ററി ഓഫ് ടൈം' എന്ന ഗ്രന്ഥത്തിൽ അദ്ദേഹം പറയുന്നത് ഈ സൂക്ഷ്മ വ്യവസ്ഥയുടെ മറ്റൊരു ഉദാഹരണമാണ്

If the rate of expansion one second after the big bang had been smaller by even 1 part in a hundred thousand million million, It would have recollapsed before it reached its present size"

ഇങ്ങനെ പ്രപഞ്ചം സാധ്യമാകാൻ ആവശ്യമായ കോടിക്കണക്കിന് ഘടകങ്ങളിൽ ഒരു ഘടകത്തിൽ പോലും കോടിക്കണക്കിന് അംശങ്ങളിൽ ഒരു അംശത്തിൻറെ അതിസൂക്ഷ്മമായൊരു വ്യത്യാസം ഉണ്ടായാൽ ഇന്നീ പ്രപഞ്ചം നിലനിൽക്കുകയില്ല.! ഇത്ര സൂക്ഷ്മമായ ആസൂത്രണം നേരിട്ട് പഠിച്ചു ബോധ്യപ്പെട്ടപ്പോൾ നിരീശ്വരവാദിയായ ഫ്രെഡ് ഹോയ്ൽ പറഞ്ഞത് 'ഈ കാര്യങ്ങൾ എൻറെ നിരീശ്വരവാദത്തെ വല്ലാതെ ഉലച്ചുകളഞ്ഞു' എന്നാണ്. എങ്കിൽ പോലും തങ്ങൾക്ക് മുകളിലുള്ള സ്രഷ്ടാവിനെ അംഗീകരിക്കാൻ വൈമനസ്യം കാണിക്കുന്നത് മുൻധാരണയും അഹന്തയും കൊണ്ടല്ലാതെ മറ്റെന്താണ്?

ഇവിടെയാണ് വിനയത്തോടെയും മുൻധാരണകളില്ലാതെയും വൈജ്ഞാനിക അന്വേഷണങ്ങൾ നടത്തുന്നതിൻറെ പ്രസക്തി വ്യക്തമാകുന്നത്. ഈ മഹാപ്രപഞ്ചത്തിൽ താൻ ഒന്നുമല്ലെന്നും തനിക്ക് അറിയുന്നതിനേക്കാൾ കോടിക്കണക്കിന് ഇരട്ടി അറിയാത്ത കാര്യങ്ങളാണെന്നും തിരിച്ചറിയുന്ന, ആ ഒരു ബോധ്യത്തോടെ വിഷയങ്ങളെ സമീപിക്കുന്ന ആർക്കും കാര്യങ്ങൾ ബോധ്യപ്പെടാൻ പ്രയാസമില്ല. അതുകൊണ്ടാണ് ഇബ്നു ഹൈതമിനെയും ജാബിർ ബിൻ ഹയ്യാനെയും ആൽബർട്ട് ഐൻസ്റ്റീനെയും ഐസക് ന്യൂട്ടനെയും പോലെ ലോകത്തിലെ ഏറ്റവും ഉന്നതരായ ശാസ്ത്രജ്ഞർ മിക്കവരും വിവിധ തരത്തിലാണെങ്കിലും ദൈവത്തിലോ പ്രപഞ്ചാതീതനായ ഒരു ശക്തിയിലോ വിശ്വസിച്ചതും, അവരുടെ കണ്ടുപിടിത്തങ്ങൾ വായിച്ചു പഠിച്ച ചിലരെങ്കിലും

'എല്ലാം തികഞ്ഞെന്ന' അഹന്തയിൽ ദൈവം മരിച്ചിരിക്കുന്നു എന്ന് വിളിച്ചുപറയാനിറങ്ങിയതും!

തങ്ങൾക്ക് വിജ്ഞാനമെന്ന മഹാസാഗരത്തിൽ നിന്ന് ഒരു തുള്ളി മാത്രമേ ലഭിച്ചിട്ടുള്ളൂ എന്ന് പറഞ്ഞ് ആ തിരിച്ചറിവിൽ മഹാശാസ്ത്രജ്ഞന്മാരും ജ്ഞാനികളും വിനയാന്വിതരായപ്പോൾ അല്പജ്ഞാനികൾ തങ്ങൾ അറിഞ്ഞതിനപ്പുറം ഒന്നുമില്ലെന്ന മിഥ്യാധാരണയിൽ അഹന്ത നടിച്ച് സ്രഷ്ടാവിനെ തന്നെ ചോദ്യം ചെയ്യാനും നിഷേധിക്കാനും ഇറങ്ങി പുറപ്പെടുന്നു..! അത്തരക്കാർക്ക് എത്ര തന്നെ യുക്തിപരവും ശാസ്ത്രീയവുമായ കാര്യകാരണ സഹിതം ദൈവത്തെ ബോധ്യപ്പെടുത്തിക്കൊടുത്താലും തങ്ങളെ സൃഷ്ടിച്ച ഒരു സ്രഷ്ടാവുണ്ടെന്നും ആ ഏകദൈവത്തിൻറെ കല്പനകൾ അനുസരിച്ചു ജീവിക്കേണ്ട അടിമകളാണ് തങ്ങളെന്നും അംഗീകരിക്കാൻ അഹന്ത കൊണ്ട് മറതീർത്തിരിക്കുന്ന അവരുടെ ഹൃദയങ്ങൾക്ക് സാധിക്കുകയില്ല!

ഹൃദയങ്ങളുണ്ടായിട്ടും കാര്യം ഗ്രഹിക്കാത്ത, കണ്ണുണ്ടായിട്ടും കാണേണ്ടത് കാണാത്ത, കാതുണ്ടായിട്ടും കേൾക്കേണ്ടത് കേൾക്കാത്ത ഇത്തരമാളുകളെ പറ്റി തന്നെയല്ലേ ഖുർആൻ 'അവർ നാൽകാലികളെക്കാൾ അധപതിച്ചവരാണ് എന്ന് പറഞ്ഞത്!?.

5. ദൈവമുണ്ടോ?!

ദൈവമുണ്ടോ എന്ന ചോദ്യത്തിന് നൂറ്റാണ്ടുകളുടെ പഴക്കമുണ്ട്. ദൈവത്തെ നിഷേധിച്ചുകൊണ്ടും സ്ഥാപിച്ചുകൊണ്ടുമുള്ള വാദപ്രതിവാദങ്ങൾ ഇന്നും ഇന്നലെയും തുടങ്ങിയതല്ല. ഓരോ കാലത്തും അതാത് കാലത്തെ ലഭ്യമായ അറിവുകൾ വെച്ച് ദൈവത്തെയില്ലാതാക്കാൻ നിരീശ്വരന്മാർ ശ്രമിച്ചിട്ടുണ്ട്. ന്യൂട്ടോണിയൻ ഫിസിക്സിന്റെ കാലത്ത് മൂന്ന് ചലനനിയമങ്ങളോടെ ഇനിയൊരു ദൈവത്തിന പ്രസക്തിയില്ലെന്ന് വീമ്പുപറഞ്ഞവരുണ്ടായിരുന്നു. പ്രപഞ്ചത്തിന്റെ സങ്കീർണ്ണതകളെ കുറിച്ചുള്ള ശാസ്ത്രീയ പഠനങ്ങൾ ഇന്നുമവർ അറിഞ്ഞമട്ടില്ല. അറുപതുകളിൽ പുറത്തിറങ്ങിയ ടൈം മാഗസിൻെറ കവർ സ്റ്റോറി തന്നെ 'ദൈവം മരിച്ചുവോ?' എന്നായിരുന്നു. ശാസ്ത്രത്തിൻെറ പുരോഗതിയോടെ ദൈവവിശ്വാസം ഇല്ലാതാകുമെന്ന ഒച്ചപ്പാടുകളായിരുന്നു അന്ന് കേട്ടതെങ്കിൽ ഇരുപത്തിയൊന്നാം നൂറ്റാണ്ടിലേക്ക് കടക്കുമ്പോൾ 'എന്തുകൊണ്ടാണ് ശാസ്ത്രം ദൈവത്തെ നിഷേധിക്കാത്തത്?'

എന്ന ചർച്ചയാണ് അതേ ടൈം മാഗസിനിൽ നടക്കുന്നത് (2014 ഏപ്രിൽ 17).

ദൈവമില്ല എന്ന് പഠിച്ചുബോധ്യപ്പെട്ടൊന്നുമല്ല ദൈവത്തെ നിഷേധിക്കാൻ ഇക്കൂട്ടർ രംഗത്തിറങ്ങുന്നത്. തങ്ങൾക്ക് മുകളിൽ അനുസരിക്കപ്പെടേണ്ടവനായി ആരുമുണ്ടാകരുത് എന്നുള്ള അഹന്തയും ദൈവം നിശ്ചയിക്കുന്ന നിയമങ്ങളും അതിരുകളും കാര്യമാക്കാതെ തന്നിഷ്ടപ്രകാരം ജീവിക്കാനുള്ള ആഗ്രഹവുമാണ് ഒരാളെ ദൈവനിഷേധിയാക്കുന്നത്.

ദൈവവിശ്വാസിയായി മതനിയമങ്ങൾക്ക് വിധേയനായി ജീവിക്കുക എന്നത് അത്ര എളുപ്പമുള്ള കാര്യമൊന്നുമല്ല. തനിക്ക് മുകളിൽ സർവ്വശക്തനായ ഒരു സ്രഷ്ടാവുണ്ടെന്നും താൻ അവൻറെ അടിമ മാത്രമാണെന്നും അംഗീകരിക്കാൻ വിനയമുള്ളവർക്ക് മാത്രമേ സാധിക്കുകയുമുള്ളൂ. അതിനാൽ തന്നെ ഇതിനെയെല്ലാം തള്ളിക്കളഞ്ഞ് ഒരു ബോധ്യവുമില്ലെങ്കിലും ദൈവത്തെ നിഷേധിക്കാൻ മുന്നോട്ട് വരികയാണ് നാസ്തികർ ചെയ്യുന്നത്.

നിരീശ്വരവാദീ വേദികളിൽ പ്രത്യക്ഷപ്പെടാറുള്ള ഒരു സുഹൃത്തിനോട് ദൈവാസ്തിത്വത്തെ പറ്റി ഫേസ്ബുക്കിൽ സംസാരിച്ചപ്പോൾ അദ്ദേഹം പറഞ്ഞത് 'ദൈവമുണ്ടോ ഇല്ലേ എന്നൊന്നും ഞങ്ങൾക്ക് വിഷയമല്ല, ഏതായാലും നിങ്ങളുടെ കിത്താബിൽ പറയുന്ന തരത്തിൽ ഒരു ദൈവമില്ല എന്ന കാര്യം ഉറപ്പാണ് എന്നാണ്! നോക്കൂ, ദൈവവിശ്വാസവും നിരീശ്വരവിശ്വാസവും തമ്മിലുള്ള അടിസ്ഥാന വിഷയത്തിൽ പോലും ഇവരുടെ ആത്മാർഥത എത്രത്തോളമുണ്ട് എന്ന! ഖുർആനിലും ഹദീസിലും വന്ന അല്ലാഹുവിനെ പറ്റി വന്ന വിശദാംശങ്ങളെ മതവിമർശന തൊഴിലാളികൾ വളച്ചൊടിച്ച് കൊട്ടിമാറ്റി അവതരിപ്പിച്ചത്

അതേപടി വിഴുങ്ങുകയും ഇങ്ങനെയാണെങ്കിൽ ദൈവമില്ല എന്ന് പറയുന്ന ദയനീയമായ അവസ്ഥ. ദൈവമുണ്ടോ എന്ന വിഷയത്തിൽ കൃത്യമായ ഒരു പഠനമോ ദൈവാസ്തിത്വത്തിന്റെ തെളിവുകളെ പറ്റിയുള്ള ഒരന്വേഷണമോ ഇവർ നടത്താറില്ല.

ഇനി ദൈവമുണ്ടോ എന്ന ചർച്ചയിലേക്ക് വന്നാൽ തന്നെയും നേരത്തെ സൂചിപ്പിച്ചത് പോലെ ശാസ്ത്രമാത്രവാദത്തിന്റെ പഴകിപ്പുളിച്ച ധാരണകളുമായാവും അവർ വരുന്നത്. ശാസ്ത്രം മാത്രമാണ് തെളിവെന്നും, അങ്ങനെ ശാസ്ത്രീയമായ തെളിവ് കിട്ടിയാൽ തങ്ങൾ വിശ്വസിക്കാം എന്നുമവർ പറയും.ഇവിടെ, വീണ്ടും ജ്ഞാനശാസ്ത്രത്തിന്റെ അടിസ്ഥാനങ്ങൾ അവരെ ഇരുത്തിപ്പഠിപ്പിക്കേണ്ട ബാധ്യതകൂടി നമുക്ക് വരുന്നു.

പ്രധാനമായും നാല് രീതികളിലൂടെയാണ് നമുക്ക് അറിവ് ലഭിക്കുന്നത്:

1. Intuitive, അഥവാ അവബോധ ജന്യമായ അറിവുകൾ

2. Logical, അഥവാ യുക്തിപരമായ അറിവുകൾ

3. Empirical, അഥവാ പരീക്ഷണ നിരീക്ഷണങ്ങളിലൂടെ നേരിട്ടുള്ള അനുഭവപരമായ അറിവുകൾ

4. Testimonial, അഥവാ ഒരു സ്രോതസ്സിൽ നിന്നുള്ള, അതിന്റെ ആധികാരികതയിൽ വിശ്വസിച്ചുകൊണ്ടുള്ള അറിവുകൾ

ഈ പറയുന്ന മാർഗങ്ങളിലൂടെയെല്ലാം നമുക്ക് അറിവ് ലഭിക്കുമെന്നിരിക്കെ, ശാസ്ത്രത്തിലൂടെ ലഭിക്കുന്നത് മാത്രമാണ് അറിവ്, എന്നും അത് മാത്രമാണ് തെളിവായി സ്വീകരിക്കുക എന്നും പറയുന്നത് അജ്ഞതയിൽ നിന്നും വരുന്ന വാക്കുകൾ മാത്രമാണ്.

ഓരോന്നായി നമുക്ക് പരിശോധിക്കാം. ഒന്നാമതായി അവബോധജന്യമായ അറിവുകൾ എന്നത് നമ്മുടെ തന്നെ പ്രകൃതത്തിൽ അടങ്ങിയിരിക്കുന്ന അറിവുകളാണ്. അത് പുറത്തുനിന്ന് നമുക്ക് ലഭിക്കുന്ന അറിവല്ല. ഉദാഹരണത്തിന് ഈ ചുറ്റും കാണുന്ന ലോകം ഒരു യാഥാർഥ്യമാണ് , മായയല്ല എന്നത് നമുക്ക് തന്നെ ബോധ്യമുള്ള കാര്യമാണ്. ഇങ്ങനെ നമ്മുടെ ഉള്ളിൽ തന്നെയുള്ള ബോധ്യമാണ് ഈ ലോകത്തിന് ഒരു സ്രഷ്ടാവുണ്ട് എന്നത് എന്നതിലേക്കാണ് ശാസ്ത്രീയ പഠനങ്ങൾ വിരൽചൂണ്ടുന്നത്. നരവംശശാസ്ത്രത്തിലെയും മനഃശാസ്ത്രത്തിലെയും പുതിയ പഠനങ്ങൾ മനുഷ്യൻ ജന്മനാ തന്നെ ഒരു സ്രഷ്ടാവിലുള്ള വിശ്വാസത്തോടെയാണ് ജനിക്കുന്നത് എന്ന് സൂചിപ്പിക്കുന്നു. The Born Believers പോലുള്ള പുസ്തകങ്ങൾ ഈ വിഷയത്തിൽ രചിക്കപ്പെട്ടിട്ടുണ്ട്.

രണ്ടാമത്തേത് യുക്തിപരമായ അറിവുകളാണ്. നിത്യജീവിതത്തിൽ പല കാര്യങ്ങളിലും നാം യുക്തി ഉപയോഗിക്കുന്നു. ഗണിതം മുഴുവൻ യുക്തിയിൽ അധിഷ്ഠിതമാണ്. ശാസ്ത്രത്തിന്റെ പോലും അടിസ്ഥാനം യുക്തിയിലാണ്. യുക്തിപരമായ അന്വേഷണങ്ങളിലൂടെയും ദൈവത്തെ തെളിയിക്കാൻ നമുക്ക് സാധിക്കും. കണ്ടിഞ്ചൻസി വാദം, കോസ്മോളജിക്കൽ വാദം തുടങ്ങി അനേകം തെളിവുകൾ ദൈവാസ്തിത്വത്തിന് നമുക്ക് കാണാൻ സാധിക്കും.

മൂന്നാമത്തേത് നേരിട്ടുള്ള പരീക്ഷണ നിരീക്ഷണങ്ങളാണ്. ശാസ്ത്രീയപരീക്ഷണങ്ങൾ ഈയൊരു ഗണത്തിലാണ് പെടുന്നത്. അതുപോലെ നാം നിത്യജീവിതത്തിൽ നേരിട്ട് അനുഭവിച്ചറിയുന്ന കാര്യങ്ങളും ഈ ഗണത്തിലാണ്

പെടുന്നത്. നമുക്ക് നേരിട്ട് നിരീക്ഷിക്കാനും പരീക്ഷിക്കാനും സാധിക്കുന്നത് പ്രപഞ്ചത്തിനകത്തുള്ള കാര്യങ്ങൾ മാത്രമാണെന്നിരിക്കെ ഈയൊരു അറിവിന്റെ മാർഗത്തിലൂടെ ദൈവത്തെ നേരിട്ട് തെളിയിക്കാൻ സാധ്യമല്ല. കാരണം ദൈവം പ്രപഞ്ചത്തിന് അതീതമാണല്ലോ.. നമ്മുടെ പരീക്ഷണ - നിരീക്ഷണത്തിനായുള്ള എല്ലാ ഉപകരണങ്ങളും ഈ പ്രപഞ്ചത്തിനകത്തുള്ളതിനെ പറ്റി പഠിക്കാൻ മാത്രം പ്രാപ്തമായതാണ്.

നാലാമത്തേത് ഒരു ആധികാരിക സ്രോതസ്സിനെ വിശ്വസിച്ചു കൊണ്ട് നാം നേടുന്ന അറിവാണ്. ഒരു മനുഷ്യൻ മനസ്സിലാക്കിയിട്ടുള്ള കാര്യങ്ങളിൽ സിംഹഭാഗവും ഈ മാർഗം വഴിയായിരിക്കും. നാം സ്കൂളിൽ നിന്ന് പലതും പഠിക്കുന്നു, പാഠപുസ്തകത്തിന്റെയും അധ്യാപകന്റെയും ആധികാരികതയിൽ വിശ്വസിക്കുകയാണ് നാം ചെയ്യുന്നത്. നാം ചരിത്രം പഠിക്കുന്നു, ആ ചരിത്ര സംഭവങ്ങൾ നേരിട്ട് അനുഭവിച്ചോ, അല്ലെങ്കിൽ യുക്തിപരമായി ചിന്തിച്ചോ, അതുമല്ലെങ്കിൽ ലാബിൽ ഗവേഷണം ചെയ്തോ അല്ല നാം മനസിലാക്കുന്നത്. അത് രേഖപ്പെടുത്തിയ ചരിത്രരേഖകളുടെ ആധികാരികതയിൽ വിശ്വസിച്ചുകൊണ്ടാണ്. എന്തിനേറെ, നാമിന്ന് വിശ്വസിക്കുന്ന ശാസ്ത്രീയ അറിവുകൾ പോലും ബഹുഭൂരിപക്ഷം നാം മനസിലാക്കിയത് നേരിട്ടുള്ള പരീക്ഷണങ്ങൾക്കപ്പുറം ശാസ്ത്രപുസ്തകങ്ങളുടെ ആധികാരികതയിൽ വിശ്വസിച്ചു കൊണ്ടാണ്. ഈയൊരു മാർഗ്ഗത്തിലൂടെയും ദൈവത്തെയും അവന്റെ പ്രവാചകനെയും നമുക്ക് സ്ഥാപിക്കാനാകും. ഏറ്റവും വിശ്വസിനീയമായ രീതിയിൽ ആധികാരികത

ഉറപ്പുവരുത്തിയ ഖുർആനിലൂടെയും ഹദീസിലൂടെയും, കളവ് പറയാത്തവനെന്ന് എതിരാളികൾ പോലും സമ്മതിച്ച ഒരു പ്രവാചകനിലേക്ക് ആ കണ്ണികൾ എത്തുകയും, ആ സ്രോതസ്സിലൂടെ ദൈവമുണ്ടെന്ന് മനസിലാക്കാനും നമുക്ക് സാധിക്കും.

ചുരുക്കിപ്പറഞ്ഞാൽ നേരിട്ടുള്ള പരീക്ഷണമൊഴികെ ബാക്കി മൂന്ന് മാർഗങ്ങളിലൂടെയും ദൈവമുണ്ടെന്ന് ബോധ്യമാകും. എന്നിട്ടും നേരിട്ട് കണ്ടെങ്കിലേ വിശ്വസിക്കൂ എന്ന് പറയുന്നവർ കണ്ണടച്ച് ഇരുട്ടാക്കുകയല്ലാതെ മറ്റെന്താണ്?!

6. മനുഷ്യൻ ജന്മനാ വിശ്വാസിയാണ്

ദൈവാസ്തിത്വത്തിൻറെ തെളിവുകളെ പറ്റി ചർച്ച ചെയ്യുമ്പോൾ ഇസ്‌ലാം ആദ്യമായി തന്നെ മുന്നോട്ട് വെക്കുന്നത് മനുഷ്യൻറെ ശുദ്ധപ്രകൃതി തന്നെയാണ്. ദൈവത്തെ തേടി ആകാശങ്ങളുടെ പുറത്തേക്കോ ഭൂമിയുടെ ആഴങ്ങളിലേക്കോ പോകേണ്ടതില്ലെന്നും മനുഷ്യൻറെ ശുദ്ധപ്രകൃതിയിൽ തന്നെ ആ വിശ്വാസം അന്തർലീനമായിരിക്കുന്നു എന്നതാണ് ഇസ്‌ലാം മുന്നോട്ട് വെക്കുന്ന ഏറ്റവും പ്രധാനപ്പെട്ട കാര്യം.

'ആകയാൽ (സത്യത്തിൽ) നേരെ നിലകൊള്ളുന്നവനായിട്ട് നിൻറെ മുഖത്തെ നീ മതത്തിലേക്ക് തിരിച്ചു നിർത്തുക. അല്ലാഹു മനുഷ്യരെ ഏതൊരു പ്രകൃതിയിൽ സൃഷ്ടിചിരിക്കുന്നുവോ ആ പ്രകൃതിയത്രെ അത് (വിശുദ്ധ ഖുർആൻ 30:30)

അതായത് ദൈവവിശ്വാസം എന്നത് മനുഷ്യൻറെ സൃഷ്ടിപ്പിൽ തന്നെ അവനിലുള്ള ഗുണമാണ്. മനുഷ്യൻറെ 'ഫിത്റത്ത് അഥവാ ശുദ്ധപ്രകൃതി അവൻറെ സ്രഷ്ടാവിനെ അംഗീകരിക്കുന്നു. പ്രകൃതിപരമായ പ്രവണതയായ ഒരു

സ്രഷ്ടാവിലുള്ള വിശ്വാസം പ്രത്യേകം പഠിപ്പിച്ചെടുക്കേണ്ട ഒന്നല്ല, അത് നൈസർഗികമാണ് എന്ന് ചുരുക്കം. സാമൂഹ്യശാസ്ത്രത്തിലും നരവംശശാസ്ത്രത്തിലും നടക്കുന്ന പുതിയ പഠനങ്ങളും ഗവേഷണങ്ങളും ഈയൊരു കാര്യത്തെ സാധൂകരിക്കുന്നതാണ്. ദൈവത്തെ പറ്റി ഒരു തരത്തിലുള്ള അധ്യാപനവും നൽകാതെ ഒരു കുട്ടിയെ ഒറ്റപ്പെട്ട ഒരു ദ്വീപിൽ കൊണ്ടുപോയി വളർത്തിയാൽ പോലും ആ ദ്വീപിന് ഒരു സ്രഷ്ടാവുണ്ട് എന്ന വിശ്വാസം അവനിൽ രൂപപ്പെട്ടുവരും എന്ന തരത്തിലുള്ള പഠനങ്ങൾ പുറത്തുവന്നുകൊണ്ടിരിക്കുന്നു.

മനുഷ്യന്റെ ഈ ശുദ്ധപ്രകൃതിക്ക് എതിരാണ് നിരീശ്വര വിശ്വാസം. അതുകൊണ്ട് തന്നെ ദൈവമില്ല എന്ന കാര്യം പ്രത്യേകം പഠിപ്പിക്കേണ്ടി വരുന്നു. അതൊരിക്കലും പ്രകൃതിപരമായി മനുഷ്യന് ലഭിക്കുന്ന ഒന്നല്ല. അതുകൊണ്ടാണ് സോവിയറ്റ് റഷ്യപോലെയുള്ള രാജ്യങ്ങളിൽ നിരീശ്വരവാദം സ്കൂൾ സിലബസിൽ പോലും ഉൾക്കൊള്ളിച്ചുകൊണ്ട് കുട്ടികളിലേക്ക് ഈയൊരു വിശ്വാസം അടിച്ചേൽപ്പിക്കാൻ ശ്രമിച്ചത്. എന്നാൽ അവിടങ്ങളിൽ പോലും ദൈവവിശ്വാസം തിരിച്ചുവരുന്നു എന്ന വസ്തുതയാണ് നമുക്ക് കാണാനാകുന്നത്. ശുദ്ധനിരീശ്വരന്മാരായി വളർത്തിക്കൊണ്ട് വന്ന ഒരു തലമുറ പോലും തിരിച്ചു ദൈവവിശ്വാസത്തിലേക്ക് പതിയെ തിരിച്ചു വരുന്നുണ്ടെങ്കിൽ അത് മനുഷ്യന്റെ ശുദ്ധപ്രകൃതിയിലേക്കുള്ള തിരിച്ചുവരവ് തന്നെയാണ്.

ശക്തമായി നിരീശ്വരവാദത്തിനു വേണ്ടി ജീവിതം ഉഴിഞ്ഞുവെച്ചവർ പോലും അറിയാതെ ചില സന്ദർഭങ്ങളിൽ ദൈവത്തെ കുറിച്ച് സംസാരിച്ചത് അവരുടെ ഉള്ളിൽ പോലുമുള്ള ഈ പ്രകൃതിപരമായ ഈ വിശ്വാസം

കൊണ്ടാണ്. ആഗോള നിരീശ്വരവിശ്വാസികളുടെ പുരോഹിതനായ റിച്ചാർഡ് ഡോക്കിൻസ് പോലും ബിബിസി റേഡിയോയുടെ ഒരു ഇന്റർവ്യൂക്കിടയിൽ പെട്ടെന്ന് ചില കാര്യങ്ങൾ ഓർമ്മയിൽ വരാതിരുന്നപ്പോൾ അറിയാതെ വിളിച്ചു പോയത് 'എൻറെ ദൈവമേ' എന്നായിരുന്നു! കേരളത്തിൽ തന്നെ നിരീശ്വരവാദിയായ ഒരു രാഷ്ട്രീയ നേതാവ് അവസാന കാലത്ത് ചില ആരോപണങ്ങൾ ഉന്നയിച്ച് മാധ്യമപ്രവർത്തകർ വല്ലാതെ ശല്യപ്പെടുത്തിയപ്പോൾ അവരോട് പറഞ്ഞത് 'മുകളിലൊരാൾ ഉണ്ട് എന്ന് ഓർമ്മിക്കണം കേട്ടോ' എന്നായിരുന്നു! എല്ലാവരുടെയും ഉള്ളിലുള്ള സ്രഷ്ടാവിലുള്ള വിശ്വാസം ചിലപ്പോഴെങ്കിലും അറിയാതെ പുറത്ത് വരുന്നു എന്ന് മാത്രം.. എങ്കിൽ പോലും വരട്ടുന്യായങ്ങളും കുതർക്കങ്ങളും പറഞ്ഞ് അവർ വീണ്ടും ദൈവത്തെ നിഷേധിച്ചുകൊണ്ടേയിരിക്കും!

ദൈവാസ്തിത്വത്തിനുള്ള മറ്റൊരു പ്രധാനപ്പെട്ട തെളിവ് ലോകത്ത് കഴിഞ്ഞു പോയ മുഴുവൻ പ്രവാചകന്മാരും അവരിലൂടെ അവതരിക്കപ്പെട്ട വേദഗ്രന്ഥങ്ങളും തന്നെയാണ്. കഴിഞ്ഞുപോയ ഒരു പ്രവാചകനും ദൈവത്തെ പറ്റി പഠിപ്പിക്കാതെ കടന്നുപോയിട്ടില്ല. ദൈവത്തിൽ നിന്നുള്ള പ്രവാചകനാണ് എന്ന് ബോധ്യപ്പെടുത്തുന്ന അമാനുഷിക ദൃഷ്ടാന്തങ്ങൾ (മുഅജിസത്ത്) അവരിലൂടെ സമൂഹം നേരിട്ട് ബോധ്യപ്പെട്ടു. അന്ത്യപ്രവാചകനായ മുഹമ്മദ് നബി(സ)യുടെ ഏറ്റവും വലിയ മുഅജിസത്തായ വിശുദ്ധ ഖുർആൻ ഇന്നും നമ്മുടെ മുൻപിൽ ഏറ്റവും വലിയ ദൃഷ്ടാന്തമായി നിലനിൽക്കുന്നു. ഖുർആൻ ദൈവത്തിൽ നിന്നല്ല എന്ന് വാദിക്കുന്നവർക്ക് മുൻപിൽ അത് തെളിയിക്കാനുള്ള അവസരങ്ങൾ ഖുർആൻ ഒരുക്കി.

"പറയുക, ഈ ഖുര്‍ആന്‍ പോലുള്ള ഒന്ന് കൊണ്ടുവരാന്‍ മനുഷ്യരും ജിന്നുകളും ഒത്തൊരുമിച്ചാലും അവര്‍ അതുപോലെയുള്ള ഒന്ന് കൊണ്ടുവരികയില്ല. (സൂറ. ഇസ്രാഉ: 88)

ഖുര്‍ആന്‍ ദൈവികമല്ലെന്ന് വാദിച്ചവര്‍ക്ക് മുന്‍പില്‍ ഖുര്‍ആന്‍ പോലുള്ള ഒന്ന് കൊണ്ട് വരാനുള്ള ഈ വെല്ലുവിളി ആവര്‍ത്തിക്കപ്പെട്ടു. ഒരാളും ഏറ്റെടുത്തില്ല, വീണ്ടും ഖുര്‍ആന്‍ വെല്ലുവിളിച്ചു.

"അദ്ദേഹം ഇത് കെട്ടിച്ചമച്ചതാണ് എന്നാണോ നിങ്ങള്‍ പറയുന്നത്, എങ്കില്‍ പറയുക, കെട്ടിച്ചമക്കപ്പെട്ട ഒരു പത്ത് സൂറത്തുകളെങ്കിലും ഇതുപോലെ നിങ്ങള്‍ കൊണ്ടുവരുവിന്‍. അല്ലാഹുവിന് പുറമേ സാധ്യമായവരെയൊക്കെ നിങ്ങള്‍ വിളിക്കുകയും ചെയ്തുകൊള്ളുവിന്‍. നിങ്ങള്‍ സത്യവാന്മാരാണെങ്കില്‍" (സൂറ. ഹൂദ് : 13)

ഖുര്‍ആന്‍ പോലുള്ള ഒരു ഗ്രന്ഥം കൊണ്ടുവരാന്‍ സാധിക്കാത്തവരോട് പത്ത് അദ്ധ്യായങ്ങള്‍ എങ്കിലും ഇതുപോലുള്ളത് കൊണ്ടുവരാന്‍ ഖുര്‍ആന്‍ വെല്ലുവിളിച്ചു. അതിനും അവര്‍ക്ക് സാധിച്ചില്ലെന്നു മാത്രമല്ല, ഖുര്‍ആന്‍ ഒന്നുകൂടി വെല്ലുവിളിച്ചു.

"നമ്മുടെ അടിയാന്റെ മേല്‍ നാം അവതരിപ്പിച്ചതിനെ സംബന്ധിച്ച് നിങ്ങള്‍ക്ക് വല്ല സംശയവുമുണ്ടെങ്കില്‍ അത് പോലെയുള്ള ഒരു സൂറത്ത് നിങ്ങള്‍ കൊണ്ടുവരുവിന്‍. അല്ലാഹുവിന് പുറമെയുള്ള നിങ്ങളുടെ സാക്ഷികളെ നിങ്ങള്‍ വിളിച്ചു കൊള്ളുകയും ചെയ്യുവിന്‍. നിങ്ങള്‍ സത്യവാന്മാരാണെങ്കില്‍" (ഖുര്‍ആന്‍ 2:23)

ഖുര്‍ആന്‍ പോലുള്ള ഒരു ഗ്രന്ഥമോ അതിലുള്ളത് പോലെയുള്ള പത്ത് അദ്ധ്യായങ്ങളോ കൊണ്ട് വരാന്‍ സാധിക്കാതിരുന്ന നിഷേധികളോട് ഖുര്‍ആനിലുള്ളത് പോലെയുള്ള ഒരു അദ്ധ്യായമെങ്കിലും കൊണ്ട് വരാന്‍ ഖുര്‍ആന്‍ വെല്ലുവിളിക്കുന്നു.. കേവലം മൂന്ന് ആയത്തുകളുള്ള അദ്ധ്യായം പോലും ഖുര്‍ആനിലുണ്ട്. അത്ര ചെറിയ ഒരു അദ്ധ്യായമെങ്കിലും കെട്ടിച്ചമച്ച് ഉണ്ടാക്കി ഈ വെല്ലുവിളി ഏറ്റെടുക്കാന്‍ നിഷേധികള്‍ തയ്യാറായിരുന്നു എങ്കില്‍ അല്‍പമെങ്കിലും സത്യസന്ധത അവര്‍ക്കുണ്ട് എന്ന് വിചാരിക്കാമായിരുന്നു. എന്നാല്‍ നൂറ്റാണ്ടുകളായി ഖുര്‍ആനിന്റെ ഈ വെല്ലുവിളി ഒരാളും ഏറ്റെടുക്കാതെ ഇന്നും നിലനില്‍ക്കുന്നു എന്നത് തന്നെയാണ് ഈ മഹത്തായ ഗ്രന്ഥം സര്‍വ്വശക്തനായ ദൈവത്തില്‍ നിന്നുള്ളതാണ് എന്നതിന് മറ്റൊരു പ്രധാന തെളിവ്. മനുഷ്യന്‍ കെട്ടിച്ചമച്ച് ഉണ്ടാക്കിയതായിരുന്നു എങ്കില്‍ ഈ വെല്ലുവിളി ഏറ്റെടുക്കാന്‍ ആര്‍ക്കും ഒരു പ്രയാസവുമുണ്ടാകുമായിരുന്നില്ല. അതല്ല എന്നുള്ളത് കൊണ്ട് തന്നെയാണ് അറബി സാഹിത്യത്തിന്റെ അത്യുന്നതിയിലെത്തിയ അക്കാലഘട്ടത്തിലെ അറബികള്‍ക്കോ ഇന്ന് വരെ ഒരു മനുഷ്യക്കുഞ്ഞിനുമോ ഈ വെല്ലുവിളി ഏറ്റെടുക്കാനാവാതെ പോയത്. ഖുര്‍ആന്‍ വീണ്ടും മനുഷ്യചിന്തയെ ഉണര്‍ത്തുന്നു:

"അവര്‍ ഖുര്‍ആനിനെ പറ്റി ചിന്തിക്കുന്നില്ലേ? അത് അല്ലാഹു അല്ലാത്തവരുടെ പക്കല്‍ നിന്നായിരുന്നുവെങ്കില്‍ അവരതില്‍ ധാരാളം വൈരുദ്ധ്യങ്ങള്‍ കണ്ടെത്തുമായിരുന്നു" (ഖുര്‍ആന്‍ **4:82**)

വൈരുദ്ധ്യങ്ങളോ അവാസ്തവ പ്രസ്താവനകളോ അക്കാലഘട്ടത്തില്‍ സമൂഹത്തില്‍ ഉണ്ടായിരുന്ന

അബദ്ധധാരണകളോ ഒന്നും ഖുര്‍ആനില്‍ ഇടംപിടിച്ചില്ല എന്നത് തന്നെയാണ് ഇത് സര്‍വ്വജ്ഞാനിയായ ഏകദൈവത്തില്‍ നിന്നുള്ളതാണ് എന്നതിന് ഏറ്റവും വലിയ തെളിവ്. ഈ വസ്തുതയെ നിഷേധിക്കുന്നവര്‍ക്ക് അവരുടെ വാദം തെളിയിക്കാനുള്ള അവസരവും ഖുര്‍ആന്‍ ഒരുക്കി. എന്നാല്‍ ഇന്നേ വരെ അതിനാര്‍ക്കും സാധിച്ചിട്ടില്ല, ഇനിയൊട്ട് സാധിക്കുകയുമില്ല.. അത് സാധിക്കാത്ത കാലത്തോളം ദൈവാസ്തിത്വത്തിനുള്ള ഏറ്റവും പ്രധാനപ്പെട്ട തെളിവായി ഖുര്‍ആന്‍ നിലനില്‍ക്കുക തന്നെ ചെയ്യും.

ദൈവാസ്തിത്വത്തിന്റെ തെളിവായി ഇസ്‌ലാം മുന്നോട്ട് വെക്കുന്ന മറ്റൊരു പ്രധാനകാര്യം യുക്തിപരമായ തെളിവുകളാണ്. ഖുര്‍ആന്‍ ചോദിക്കുന്നു:

"അല്ല, യാതൊരു വസ്തുവില്‍ നിന്നുമല്ലാതെ അവര്‍ സൃഷ്ടിക്കപ്പെട്ടിരിക്കുകയാണോ? അതല്ല, അവര്‍ തന്നെയാണോ സ്രഷ്ടാക്കള്‍? അതല്ല, അവരാണോ ആകാശങ്ങളും ഭൂമിയും സൃഷ്ടിച്ചിരിക്കുന്നത്? അല്ല, അവര്‍ ദൃഢമായി വിശ്വസിക്കുന്നില്ല" (ഖുര്‍ആന്‍ 52:35,36)

ഈ മഹാപ്രപഞ്ചവും അതിലുള്ള സകലചരാചരങ്ങളും ആരും സൃഷ്ടിക്കപ്പെടാതെ ഒന്നുമില്ലായ്മയില്‍ നിന്നുണ്ടായി എന്നതിനേക്കാള്‍ വലിയ എന്ത് യുക്തിരാഹിത്യമാണുള്ളത്? ചെറുതോ വലുതോ ആയ എന്തുകാര്യവും ആരും സൃഷ്ടിക്കാതെ തനിയെ ഉണ്ടാവില്ല എന്നത് സാമാന്യയുക്തിയാണ്. കേവലമൊരു മൊട്ടുസൂചി പോലും ഉണ്ടായി വരാന്‍ അനേകം പേരുടെ അധ്വാനവും പ്രയത്നവും ആവശ്യമാണ്. ആരെങ്കിലും ഒരു മൊട്ടുസൂചി കാണിച്ച് 'ഇത് തനിയേ ഒരുപാട് മൂലകങ്ങള്‍ കൂടിച്ചേര്‍ന്ന് ഉണ്ടായതാണ് എന്ന് വാദിച്ചുകൊണ്ട് വന്നാല്‍ അവന് കാര്യമായെന്തോ

പ്രശ്നമുണ്ട് എന്ന് നമ്മൾ ഉറപ്പിക്കും. എങ്കിൽ, ഒരു മൊട്ടുസൂചി പോലും തനിയെ ഉണ്ടാകില്ലെന്ന് ഉറപ്പിച്ചു പറയുന്ന അതേ യുക്തിക്ക് എങ്ങനെയാണ് വലിപ്പം പോലും ഇതുവരെ കണക്കാക്കാൻ സാധിക്കാത്ത, അതിസങ്കീർണ്ണമായ വ്യവസ്ഥകളടങ്ങിയ ഈ മഹാപ്രപഞ്ചം തനിയെ ഉണ്ടായി എന്ന് അംഗീകരിക്കാനാവുക?!

ഇതോടൊപ്പം മുൻപേ പറഞ്ഞതുപോലെ ശാസ്ത്രരംഗത്തെ പുരോഗതികൾ ഓരോ രംഗത്തുമുള്ള സൃഷ്ടിപ്പിന്റെ സങ്കീർണ്ണതകൾ കൂടുതൽ കൂടുതൽ വ്യക്തമാക്കുക കൂടി ചെയ്യതോടെ ഈ ചോദ്യങ്ങൾക്ക് മൂർച്ചയേറി. പല പല തിയറികൾ കൊണ്ട് വന്ന് ഓട്ടയടക്കാൻ ശ്രമിച്ചുകൊണ്ടേയിരിക്കുന്നുണ്ടെങ്കിലും ദൈവത്തിന്റെ അസ്തിത്വത്തെ ചോദ്യം ചെയ്യാൻ അവയൊന്നും പ്രാപ്തമാകുന്നില്ല. എല്ലാ അന്വേഷണങ്ങളുടെയും അവസാനം മഹാനായ ഒരു സ്രഷ്ടാവിലേക്ക് തന്നെ എത്തിച്ചേർന്നുകൊണ്ടേയിരിക്കുന്നു. ഈ കാര്യങ്ങളോട് കണ്ണടക്കാതെ ഒരാൾക്ക് ദൈവമില്ലെന്ന് പറയാനാകില്ല. തൻറെ മനസ്സാക്ഷിയെ വഞ്ചിച്ചു കൊണ്ടും കണ്മുന്നിലുള്ള ദൈവിക ദൃഷ്ടാന്തങ്ങളെ കണ്ടില്ലെന്ന് നടിച്ചും മുൻധാരണകൾക്കും അഹന്തയ്ക്കും വഴങ്ങി തൻറെ സാമാന്യ യുക്തിപോലും ഉപയോഗിക്കാതെ യാഥാർത്ഥ്യങ്ങളോട് പുറംതിരിഞ്ഞു നിൽക്കുന്നവരെ എങ്ങനെ സത്യം ബോധ്യപ്പെടുത്താനാണ്?

ഒന്നുമില്ലായ്മയിൽ നിന്നും യാദൃശ്ചികമായി ആരും നിയന്ത്രിക്കാനില്ലാതെ നടന്ന പൊട്ടിത്തെറിയിൽ നിന്നാണ് പ്രപഞ്ചം ഉണ്ടായത് എന്ന് വാദിക്കുന്നവർ തങ്ങൾ വാദിക്കുന്നതെന്താണ് എന്ന് പോലും ചിന്തിക്കാതെയാണ് വാദിച്ചുകൊണ്ടിരിക്കുന്നത്. എന്താണീ 'ഒന്നുമില്ലായ്മ'?

ഒന്നുമില്ലായ്മയിൽ നിന്ന് എങ്ങനെയാണ് ഒരു വികാസമോ പൊട്ടിത്തെറിയോ ഉണ്ടാവുക? യാദൃശ്ചികമായി ആരും നിയന്ത്രിക്കാനില്ലാതെ നടക്കുന്ന പൊട്ടിത്തെറി എങ്ങനെയാണ് വളരെ വ്യവസ്ഥാപിതമായ പ്രപഞ്ചത്തിന് രൂപം നൽകുക? യാദൃശ്ചികത എപ്പോഴാണ് വ്യവസ്ഥാപിതത്വത്തിന വഴിമാറിയത്? ഇങ്ങനെ ഒരായിരം ചോദ്യങ്ങൾ ഇവരുടെ ഓരോ വാദത്തിന നേരെയും സാമാന്യയുക്തിയിൽ നിന്നും ഉയരുന്നു എന്നത് തന്നെയാണ് ഇവർ ഇന്ന് നേരിടുന്ന ഏറ്റവും വലിയ പ്രതിസന്ധിയും. ഇതിനൊന്നും ഉത്തരമില്ലാതാകുമ്പോഴാണ് നേരത്തെ പറഞ്ഞത് പോലെ പഴകിപ്പുളിച്ച മതവിമർശനങ്ങളുടെ മാറാപ്പഴിച്ച് അവർ തടിതപ്പുന്നതും.

7. പ്രപഞ്ചോത്പത്തി

പ്രപഞ്ചം എന്നത് ഒരു യാഥാർത്ഥ്യമാണ്. അതിനാൽ തന്നെ നിലവിലുള്ള പ്രപഞ്ചമെന്ന യാഥാർത്ഥ്യത്തിൻറെ തുടക്കം എങ്ങനെയെന്ന അന്വേഷണവും സ്വാഭാവികമാണ്. പ്രപഞ്ചത്തിന്റെ തുടക്കം തേടിയുള്ള അന്വേഷണം എന്നും നിരീശ്വരവാദികൾക്ക് ഒരു കീറാമുട്ടിയാണ്. എല്ലാറ്റിനും കാരണക്കാരനായ സ്രഷ്ടാവിനെ നിഷേധിച്ചേ മതിയാകൂ എന്ന വാശിയുമായി തുടക്കം തേടിയുള്ള യാത്ര ഇരുട്ടിൽ തപ്പലല്ലാതെ മറ്റെന്താണ്? അതിനവർ ഒരു പരിഹാരം കണ്ടു. ഈ പ്രപഞ്ചത്തിന് ഒരു തുടക്കമില്ലെന്നും പ്രപഞ്ചം അന്നും ഇന്നും എന്നും ഇതേ പോലെ നിലനിൽക്കുകയായിരുന്നു , അങ്ങനെ തന്നെ നിലനിൽക്കുകയും ചെയ്യും എന്ന steady state theory ആയിരുന്നു ഒരുപാട് കാലം അവരുടെ പിടിവള്ളി. പ്രപഞ്ചം അനാദിയായത് കൊണ്ട് തുടക്കം തേടിയുള്ള അന്വേഷണങ്ങളും നിരർത്ഥകമാണ് എന്നവർ വാദിച്ചു. തുടക്കമോ ഒടുക്കമോ ഇല്ലാത്ത ദൈവത്തെ പറ്റി പറയുമ്പോൾ മുഖം ചുളിക്കുന്നവർ പ്രപഞ്ചത്തിലോ പ്രകൃതിയിലോ അത് ആരോപിക്കുമ്പോൾ കൈകൊട്ടി

സ്വീകരിച്ചു. എങ്ങനെയെങ്കിലും ദൈവത്തെ നിഷേധിക്കണം എന്നത് മാത്രമാണ് ലക്ഷ്യം എന്ന് വ്യക്തം.

എന്നാൽ ശാസ്ത്രം ഏറെ പുരോഗമിച്ചു. ഗാലക്സികളെ പറ്റിയുള്ള പഠനങ്ങൾ പുതിയൊരു തിരിച്ചറിവായിരുന്നു ശാസ്ത്രജ്ഞന്മാർക്ക് നൽകിയത്. ഗ്യാലക്സികളെ നിരീക്ഷിക്കുമ്പോൾ അവയെല്ലാം red shift ആണ് കാണിക്കുന്നത് എന്ന കാര്യം ശാസ്ത്രജ്ഞരെ അത്ഭുതപ്പെടുത്തി. അഥവാ എല്ലാ ഗ്യാലക്സികളും നമ്മിൽ നിന്ന് അകന്നുകൊണ്ടിരിക്കുകയാണ്! ഇതിനെ കുറിച്ച് വിശദമായി പഠിച്ച എഡ്വിൻ ഹബ്ൾ 1929ൽ വിപ്ലവകരമായ ഒരു പ്രഖ്യാപനം നടത്തി. 'പ്രപഞ്ചം വികസിച്ചു കൊണ്ടിരിക്കുകയാണ്. ഒരു ബലൂണിലെ പുള്ളികൾ ബലൂൺ വീർപ്പിക്കുമ്പോൾ എങ്ങനെ പരസ്പരം അകലുന്നുവോ, അതേപടി ഗ്യാലക്സികൾ പരസ്പരം അകന്നുകൊണ്ടിരിക്കുകയാണ്. ഇത് പ്രഖ്യാപിക്കുക മാത്രമല്ല, പ്രപഞ്ചവികാസത്തെ അളക്കാനുള്ള സൂത്രവാക്യവും അദ്ദേഹം കണ്ടുപിടിച്ചു. ഒരു ഗ്യാലക്സി നമ്മിൽ നിന്ന് അകന്നുപോകുന്നതിന്റെ വേഗത ആ ഗ്യാലക്സിയും നമ്മളും തമ്മിലുള്ള അകലത്തിന് ആനുപാതികമായി ആയിരിക്കുമെന്നാണ് അദ്ദേഹം പറഞ്ഞത്.

പ്രപഞ്ചം എന്നും ഒരേപോലെ നിലനിൽക്കുകയാണ് എന്ന് വാദിച്ചുനടന്നവർക്ക് ഇതൊരു ഞെട്ടൽ തന്നെയായിരുന്നു. വിശ്വാസികളെ സംബന്ധിച്ച് അവരുടെ പ്രമാണങ്ങളോട് യോജിച്ചുപോകുന്ന ഒരു കാര്യം തന്നെയായിരുന്നു പ്രപഞ്ചം വികസിച്ചുകൊണ്ടിരിക്കുന്നു എന്നത്. വിശുദ്ധ ഖുർആൻ പറയുന്നു: "ആകാശമാകട്ടെ നാം അതിനെ കരങ്ങളാൽ

നിർമ്മിച്ചിരിക്കുന്നു. തീർച്ചയായും നാം വികസിപ്പിച്ചെടുക്കുന്നവനാകുന്നു." (51:47)

പ്രപഞ്ചം വികസിക്കുന്നു എന്നതിൽ നിന്നും സ്വാഭാവികമായി അതിനൊരു തുടക്കമുണ്ട് എന്ന് മനസ്സിലാക്കാം. അഥവാ സമയം മുന്നോട്ട് പോകുംതോറും ഗ്യാലക്സികൾ തമ്മിൽ അകന്നുകൊണ്ടിരിക്കുകയാണ് എങ്കിൽ സമയം പിന്നോട്ട് പോയാൽ അവയുടെ അകലം കുറഞ്ഞുവരുമല്ലോ. അങ്ങനെ കുറഞ്ഞ് കുറഞ്ഞ് അവ തമ്മിലുള്ള അകലം ഇല്ലാതാവുന്ന ഒരു സമയവും ഉണ്ടാകുമല്ലോ. ഈ ചിന്തകളാണ് മഹാവിസ്ഫോടനം (Big Bang) എന്ന ആശയത്തിലേക്ക് എത്തിച്ചത്. സമയം പിന്നോട്ട് സഞ്ചരിച്ചാൽ ഗ്യാലക്സികൾ തമ്മിലുള്ള അകലം പൂജ്യമായ , എല്ലാം ഒരു കേന്ദ്രത്തിൽ കേന്ദ്രീകരിക്കപ്പെട്ടിട്ടുള്ള അവസ്ഥ ഉണ്ടായിരുന്നു. ഘനത്വവും സ്ഥലകാലത്തിന്റെ വക്രതയും അനന്തമായ, ശാസ്ത്രീയ നിയമങ്ങൾക്ക് അതീതമായ ആ അവസ്ഥയെ singularity എന്ന് വിളിക്കുന്നു. ഈ അവസ്ഥയിൽ നിന്നുള്ള ശക്തമായ ഒരു വികാസത്തിൽ നിന്നാണ് പ്രപഞ്ചം ഉണ്ടായത് എന്നതാണ് മഹാവിസ്ഫോടനസിദ്ധാന്തം മുന്നോട്ട് വെക്കുന്ന ആശയം.

മറ്റു വിശദാംശങ്ങൾ നമുക്ക് പിന്നീട് സംസാരിക്കാം. എന്തായാലും ഇതോടെ പ്രപഞ്ചത്തിനൊരു തുടക്കമുണ്ട് എന്നത് ശാസ്ത്രലോകം അംഗീകരിച്ചു. പ്രപഞ്ചത്തിന തുടക്കമോ ഒടുക്കമോ ഇല്ലെന്നും അതിനാൽ പ്രപഞ്ചോൽപ്പത്തി തേടി പോകേണ്ട ആവശ്യമോ അതിനൊരു സ്രഷ്ടാവിൻറെ ആവശ്യകതയോ ഇല്ലെന്ന വാദം ഇതോടെ ചവറ്റുകൊട്ടയിലേക്ക് വലിച്ചെറിയപ്പെട്ടു.

പ്രപഞ്ചത്തിനൊരു തുടക്കമുണ്ട്. എങ്കിൽപിന്നെ അതിന നാല് സാധ്യതകളാണ് നമുക്ക് പരമാവധി എണ്ണാൻ സാധിക്കുക.

1   ഒന്നുമില്ലായ്മയിൽ നിന്ന് പ്രപഞ്ചം സൃഷ്ടിക്കപ്പെട്ടു.

2   പ്രപഞ്ചം സ്വയം സൃഷ്ടിച്ചു.

3   സൃഷ്ടിക്കപ്പെട്ട എന്തോ ഒന്ന് പ്രപഞ്ചത്തെ സൃഷ്ടിച്ചു.

4   സൃഷ്ടിക്കപ്പെടാത്ത, കാരണങ്ങൾക്ക് അതീതനായ ഒരു സ്രഷ്ടാവ് പ്രപഞ്ചത്തെ സൃഷ്ടിച്ചു.

ഇതല്ലാത്ത ഒരു സാധ്യത നമുക്ക് മുൻപിലില്ല. ഒന്നാമതായി, പലപ്പോഴും നിരീശ്വരവാദികൾ ഉന്നയിക്കാറുള്ള ഒരു വാദമാണ് പ്രപഞ്ചം ഒന്നുമില്ലായ്മയിൽ നിന്ന് ഉണ്ടായി എന്നത്. സത്യത്തിൽ എന്താണീ 'ഒന്നുമില്ലായ്മ'? ഒന്നുമില്ലായ്മ എന്നാൽ എന്തോ ഒന്നാണ് എന്ന നിലക്കാണ് വളരെ പ്രഗത്ഭരായ നിരീശ്വരവാദ പ്രചാരകർ പോലും സംസാരിക്കുന്നത്. ഒന്നുമില്ലായ്മ എന്നാൽ നമുക്ക് ചിന്തിക്കാൻ പോലും പറ്റാത്ത തരത്തിലുള്ള അക്ഷരാർത്ഥത്തിൽ ഒന്നുമില്ലാത്ത അവസ്ഥയാണ്. ഘനമോ ഊർജ്ജമോ ഒന്നും ഇല്ലാത്ത Absolute Nothingness. ആ ഒന്നുമില്ലായ്മയിൽ നിന്ന് എങ്ങനെയാണ് എന്തെങ്കിലും ഒന്ന് ഉണ്ടാവുക? സാമാന്യയുക്തിക്കും അടിസ്ഥാന ശാസ്ത്രനിയമങ്ങൾക്കും എതിരല്ലേ അത്?

ഒന്നുമില്ലായ്മ വിശദീകരിക്കാൻ നിരീശ്വരന്മാർ പാടുപെടുന്നത് കാണുമ്പോൾ ആർക്കാണ് സഹതാപം തോന്നാതിരിക്കുക? 'A Universe From Nothing' എന്ന പുസ്തകമെഴുതിയ ലോകപ്രശസ്ത നിരീശ്വരവാദിയായ ലോറൻസ് ക്രോസ് പറയുന്നത് ഇങ്ങനെയാണ്:

'Once you have some energy, using quantum rules and Dirac's equation, you can create mass out of nothing'

അഥവാ അല്പം ഊർജ്ജമുണ്ടെങ്കിൽ ക്വാണ്ടം നിയമങ്ങളും ഡിറാഖ് സൂത്രവാക്യങ്ങളും ഉപയോഗിച്ച് നിങ്ങൾക്ക് ഒന്നുമില്ലായ്മയിൽ നിന്ന് ഘനത്വം ഉണ്ടാക്കാം എന്ന്! ഒരു വാചകത്തിൽ തന്നെ ഇത്ര വലിയ വൈരുദ്ധ്യം പറയാൻ മറ്റാർക്ക് സാധിക്കും?! ആദ്യം അല്പം ഊർജ്ജം ആവശ്യമാണെന്ന് പറഞ്ഞ അതേ ആളാണ് ഒന്നുമില്ലായ്മയിൽ നിന്ന് ഘനമുണ്ടാക്കാം എന്ന് വാദിക്കുന്നത്. ഊർജ്ജം ആവശ്യമാണെങ്കിൽ എങ്ങനെയാണ് സർ അത് ഒന്നുമില്ലായ്മ ആവുക? ഒന്നുമില്ലായ്മയിൽ ഊർജ്ജമുണ്ടാവുകയില്ലല്ലോ.. ഊർജ്ജമുണ്ടെങ്കിൽ അത് ഒന്നുമില്ലായ്മ അല്ലലോ..

ഇങ്ങനെ ഒന്നുമില്ലായ്മ എന്തെന്നോ അതിൽ ഊർജ്ജം എവിടെ നിന്ന് വരുന്നുവെന്നോ വിശദീകരിക്കാനാവാതെ നട്ടം തിരിയുകയാണ് നിരീശ്വരന്മാർ.. ദൈവത്തെ നിഷേധിക്കുവാൻ എത്ര വലിയ യുക്തിരഹിതമായ ആശയവും വാദിക്കാൻ ഇവർ മടിക്കില്ല എന്നതിന്റെ ഏറ്റവും നല്ല ഉദാഹരണമാണ് ഒന്നുമില്ലായ്മയിൽ നിന്ന് പ്രപഞ്ചമുണ്ടായി എന്ന് വാദിക്കാൻ ഇവർ തയ്യാറാകുന്നത്. ആ ഒന്നുമില്ലായ്മ പോലും വിശദീകരിക്കുമ്പോൾ അത് ഒന്നുമില്ലായ്മയല്ലെന്നും അതിൽ എന്തൊക്കെയോ ഉണ്ടെന്നും പറഞ്ഞ് പോകുന്ന നിസ്സഹായാവസ്ഥ.!

രണ്ടാമത്തെ സാധ്യതയാണ് പ്രപഞ്ചം സ്വയം സൃഷ്ടിക്കുക എന്നത്. ഈ വാദത്തിൽ തന്നെ അതിന്റെ യുക്തിരാഹിത്യം വ്യക്തമാണ്. പ്രപഞ്ചം സ്വയം സൃഷ്ടിക്കുക എന്നാൽ പ്രപഞ്ചം ഉണ്ടാവാനുള്ള കാരണം അത് തന്നെയാണ് എന്നതാണ്.

പ്രപഞ്ചം പ്രപഞ്ചത്തെ സൃഷ്ടിക്കണമെങ്കിൽ ആദ്യം പ്രപഞ്ചം നിലവിലുണ്ടാവണ്ടേ? അഥവാ നിലവിലില്ലാത്ത പ്രപഞ്ചം അതിൻറെ തന്നെ കാരണമാവുക! നിലവിൽ ഇല്ലാത്ത ഒരു കാരണം എങ്ങനെയാണ് ഒരു കാര്യം സാധിക്കാനുള്ള കാരണമായി വർത്തിക്കുക? ഒന്നുകൂടി ലളിതമായി പറഞ്ഞാൽ ഇല്ലാത്ത ഒരു വസ്തു ഒരു കാര്യത്തിന്റെ കാരണമായി ഭവിക്കുക എന്ന ഭൂലോക അസംബന്ധമാണ് ഈ വാദം.

മൂന്നാമത്തെ സാധ്യതയാണ് സൃഷ്ടിക്കപ്പെട്ട എന്തോ ഒന്ന് സൃഷ്ടിച്ചു എന്നത്. സ്വാഭാവികമായും അതിൻറെ സ്രഷ്ടാവിലെക്കുള്ള അന്വേഷണമായിരിക്കും പിന്നീട്. ഓരോന്നും സൃഷ്ടിക്കപ്പെട്ട വേറെയൊന്നിനാൽ സൃഷ്ടിക്കപ്പെട്ടു എന്നുള്ള വാദം ഒരിക്കലും പ്രപഞ്ചോല്പത്തി വിശദീകരിക്കാൻ പ്രാപ്തമല്ല. 'അതിനെയാര് സൃഷ്ടിച്ചു' എന്ന അന്വേഷണം അനന്തമായി നീളുമെന്നല്ലാതെ ആദ്യ സൃഷ്ടിപ്പിനെ പറ്റി വിശദീകരിക്കാൻ ഒരിക്കലും സാധ്യമാവുകയില്ല.

അവസാനത്തെ സാധ്യതയാണ് സൃഷ്ടിക്കപ്പെടാത്ത, കാരണങ്ങൾക്ക് അതീതനായ ഒരു സ്രഷ്ടാവ് സൃഷ്ടിച്ചു എന്നത്. പ്രപഞ്ചത്തിനും പദാർഥങ്ങൾക്കും കാലത്തിനും അതീതനായ ഒരു സർവ്വശക്തനായ ഒരു പടച്ചവൻ സൃഷ്ടിച്ചതാണ് ഈ പ്രപഞ്ചം എന്ന് വിശ്വസിക്കുന്നതിനേക്കാൾ യുക്തിസഹമായി മറ്റെന്ത് സാധ്യതയാണ് ഉയർത്തിക്കാട്ടാനാവുക?

'കണ്ണുകൾ അവനെ കണ്ടെത്തുകയില്ല. കണ്ണുകളെ അവൻ കണ്ടെത്തുകയും ചെയ്യും. അവൻ സൂക്ഷ്മജ്ഞാനിയും അഭിജ്ഞനുമാകുന്നു' (ഖുർആൻ 6:103)

സാമാന്യയുക്തിക്കോ ബുദ്ധിക്കോ ഒരിക്കലും അംഗീകരിക്കാനാവാത്ത ഉള്ളുപൊള്ളയായ 'ഒന്നുമില്ലായ്മ' വാദങ്ങൾ വാദിച്ചു നടക്കുന്നവർക്ക് സ്രഷ്ടാവിനെ ഒരിക്കലും അംഗീകരിക്കാൻ സാധിക്കില്ലെന്ന മുൻവിധിയും അഹന്തയും മാത്രമാണ്. ഇങ്ങനെയൊക്കെ ഒരു യുക്തിയുമില്ലാത്ത വാദങ്ങൾ ആവർത്തിക്കുമ്പോഴും ദൈവവിശ്വാസത്തെ എങ്ങനെയെങ്കിലും യുക്തിരഹിതമാണെന്ന് സ്ഥാപിക്കാനുള്ള ശ്രമത്തിലാണ് നിരീശ്വരന്മാർ. ഒന്നുമില്ലായ്മയിൽ നിന്ന് എങ്ങനെ എന്തെങ്കിലും ഉണ്ടാവും, പ്രപഞ്ചം എങ്ങനെ സ്വയം സൃഷ്ടിക്കും, ഇത്ര വ്യവസ്ഥാപിതമായ പ്രപഞ്ചം എങ്ങനെ യാദൃശ്ചികമായി ആരും സൃഷ്ടിക്കാതെ ഉണ്ടായി തുടങ്ങിയ എണ്ണമറ്റ ചോദ്യങ്ങൾക്ക് മുൻപിൽ ഉത്തരമില്ലാതാകുമ്പോൾ പതിനെട്ടാമത് അടവായി അവർ തിരിച്ചു ചോദിക്കുന്ന ചോദ്യമാണ് 'അങ്ങനെയെങ്കിൽ ദൈവത്തെ ആര് സൃഷ്ടിച്ചു?' എന്നത്.

തങ്ങളുടെ വാദങ്ങളുടെ യുക്തിരാഹിത്യം ബോധ്യപ്പെടുമ്പോൾ ഒഴിഞ്ഞുമാറാൻ നടത്തുന്ന ഒരു ശ്രമം മാത്രമാണീ ചോദ്യം. എന്തെന്നാൽ കാരണങ്ങൾക്ക് അതീതനായ, സൃഷ്ടിക്കപ്പെടാത്ത, കാലത്തിനും പ്രപഞ്ചത്തിനും അതീതനായ ഒരു സ്രഷ്ടാവിനെ കുറിച്ചാണിവിടെ ചർച്ച തന്നെ. സൃഷ്ടിക്കപ്പെടാത്ത ഒന്നിനെ സൃഷ്ടിച്ചതാര്, കാലത്തിന് അതീതനായ ദൈവത്തിൻറെ തുടക്കമെന്ത് എന്നൊക്കെയുള്ള ചോദ്യങ്ങൾ തന്നെ അർത്ഥശൂന്യമാണ്.

അന്ധമായ നിരീശ്വരവിശ്വാസം വെടിഞ്ഞ് ശാസ്ത്രം പഠിക്കാൻ ശ്രമിക്കുന്നവർക്ക് പോലും ഇന്നീ ചോദ്യത്തിന്റെ യുക്തിരാഹിത്യം ബോധ്യമാകും. നേരത്തെ പറഞ്ഞ

മഹാവിസ്ഫോടന സിദ്ധാന്തത്തിലെക്ക് തിരിച്ചുവരാം. വിസ്ഫോടനം നടക്കുന്നതിന മുൻപ് ഗ്യാലക്സികൾ തമ്മിലുള്ള അകലം പൂജ്യമായിരുന്ന അവസ്ഥയെ പറ്റി പറഞ്ഞല്ലോ. ആ സമയത്ത് ആ ബിന്ദുവിന്റെ ഘനത്വവും സ്ഥലകാല വക്രതയും അനന്തമായിരിക്കും. അനന്തമായ സംഖ്യകളെ കൈകാര്യം ചെയ്യാൻ ഗണിതത്തിനാവുകയില്ല എന്നതിനാൽ തന്നെ അവിടെ ഒരു ശാസ്ത്രീയ നിയമങ്ങളും ബാധകമല്ല. മഹാവിസ്ഫോടനത്തോടെയാണ് ഇന്ന് പ്രപഞ്ചത്തെ നിയന്ത്രിക്കുന്ന നിയമങ്ങൾ ആരംഭിക്കുന്നത്. അതിനാൽ തന്നെ 'സമയം' അല്ലെങ്കിൽ 'കാലം' ആരംഭിക്കുന്നത് മഹാവിസ്ഫോടനത്തോടെയാണ് എന്നാണ് ഇന്ന് ശാസ്ത്രം പറയുന്നത്. എന്നുവെച്ചാൽ 'മഹാവിസ്ഫോടനത്തിന മുന്പ് എന്ത്?' എന്ന ചർച്ച തന്നെ അപ്രസക്തമാണ്, കാരണം അവിടെ മുൻപെന്നോ ശേഷമെന്നോ പറയാൻ സമയം (time) എന്ന dimension നിലവിലില്ല എന്നത് തന്നെ!

സമയമില്ലാത്ത ഒരവസ്ഥയെ പറ്റി ചിന്തിക്കാൻ നമ്മുടെ ചിന്തകൾക്ക് ചില പരിമിധികളുണ്ട്. സ്ഥലകാലനൈരന്തര്യത്തിനകത്ത് നിന്ന് ചിന്തിക്കുവാനേ നമുക്ക് സാധ്യമാവൂ. മൂന്ന് സ്പേസ് ഡയമെൻഷനകളും സമയത്തിന്റെ ഒരു ഡയമെൻഷനം ചേർന്ന ഒരു ചതുർമാന ലോകത്താണ് നാം ജീവിക്കുന്നത്. ഈ ചതുർമാന ലോകത്തിനനുസരിച്ച്, അവ ഉൾക്കൊള്ളാൻ മാത്രം പ്രപ്തമായ, ഭൂമി കേന്ദ്രീകൃതമായി വികസിച്ച നമ്മുടെ മസ്തിഷ്കത്തിൽ സമയം എന്ന ഡയമെൻഷനെ ഒഴിവാക്കി ചിന്തിക്കാൻ പറ്റാത്ത പ്രശ്നമാണിത്. അതുകൊണ്ട് തന്നെ ബിഗ്ബാങ്ങിനു മുൻപ് എന്താണ് എന്ന ചോദ്യത്തിന് ഇന്ന് ഭൗതികശാസ്ത്രം തന്നെ നൽകുന്ന ഉത്തരം അങ്ങനെ ഒരു അവസ്ഥയില്ല എന്നതാണ്. കാരണം അവിടെ സമയം എന്ന

ഡയമൻഷൻ ഇല്ലാത്തത് കൊണ്ട് തന്നെ മുൻപെന്നോ ശേഷമെന്നോ തുടക്കമോ ഒടുക്കമോ ഒന്നും അവിടെയില്ല. ഇതാണ് നിരീശ്വരവാദികളുടെ ശാസ്ത്രക്ലാസുകളിൽ പോലും അവർ നൽകുന്ന ഉത്തരം!

ഇത് അംഗീകരിക്കാൻ ഒരു പ്രയാസവും തോന്നാത്തവർക്ക് എങ്ങനെയാണ് ബിഗ്ബാങ്ങിനും കാരണക്കാരനായ ദൈവത്തിന തുടക്കമോ ഒടുക്കമോ ഇല്ലെന്നു പറയുമ്പോൾ നെറ്റിചുളിയുന്നത്? ബിഗ്ബാങ്ങോട് കൂടിയാണ് സമയം ഉണ്ടായത് എന്നതിനാൽ ബിഗ്ബാങ്ങിന മുൻപ് എന്നൊരവസ്ഥ ഇല്ലെന്ന് പറയുന്നവർക്ക് ആ ബിഗ്ബാങ്ങിനം ഹേതുവായ സ്രഷ്ടാവിന് സമയം എന്ന അവസ്ഥ ബാധകമല്ല എന്ന് മനസ്സിലാക്കാൻ എന്താണ് പ്രയാസം? സമയം എന്ന ഡയമെൻഷന് അതീതനായ സ്രഷ്ടാവിന് തുടക്കമോ ഒടുക്കമോ ഒന്നും ബാധകമല്ലല്ലോ. ആ സ്രഷ്ടാവിനെ സംബന്ധിച്ചിടത്തോളം സമയത്തിനം കാലത്തിനം പദാർഥങ്ങൾക്കും സ്ഥലകാല നൈരന്തര്യത്തിനും എല്ലാം അതീതനാണ് അവൻ. സമയം ബാധകമല്ലാത്ത സ്രഷ്ടാവിന് തുടക്കം എന്ന ഒരു അവസ്ഥ ഇല്ല. തുടക്കമില്ലാത്ത ഒന്നിനെ ആരെങ്കിലും സൃഷ്ടിക്കണോ?! ഒരിക്കലും വേണ്ട! അവൻ തുടക്കമോ ഒടുക്കമോ ഇല്ലാത്തവനാണ്, അവനെ ആരും സൃഷ്ടിച്ചിട്ടില്ല, ഖുർആൻ നൽകുന്ന ഉത്തരം എത്ര കൃത്യം!

'പറയുക, കാര്യം അല്ലാഹു ഏകനാണ് എന്നതാകുന്നു. അല്ലാഹു എല്ലാവർക്കും ആശ്രയമായിട്ടുള്ളവനാകുന്നു. അവൻ (ആർക്കും) ജന്മം നൽകിയിട്ടില്ല. അവന് തുല്യനായി ഒരാളും ഇല്ല താനും.'(വിശുദ്ധ ഖുർആൻ - സൂറ. ഇഖ്ലാസ്).

8. ജീവോത്പത്തി, പരിണാമം

'ബയോളജി വിദ്യാർഥിയല്ലേ? അതിൽ പരിണാമം പഠിച്ചിട്ടും പിന്നെയുമെന്താണ് ഇങ്ങനെയൊക്കെ സംസാരിക്കുന്നത്?' ജീവോല്പത്തിയുമായി ബന്ധപ്പെട്ട് നടത്തിയ ഒരു ചർച്ചയുടെ തുടക്കത്തിൽ തന്നെ ഒരു നിരീശ്വരവാദീ സുഹൃത്ത് ചോദിച്ച ചോദ്യമാണിത്. ജീവൻറെ തുടക്കമെന്താണ് എന്ന ചോദ്യങ്ങൾക്കുത്തരമാണ് പരിണാമ സിദ്ധാന്തം എന്ന് ധരിച്ചുവെച്ചിരിക്കുന്ന അനേകം പേരുടെ പ്രതിനിധി മാത്രമാണ് ഇദ്ദേഹവും. ഈ ധാരണയിൽ പരിണാമസിദ്ധാന്തമെന്നത് മതങ്ങളെയും ദൈവത്തെയും ഇല്ലാതാക്കിയ എന്തോ ഒരു നിരീശ്വരവാദ തിയറിയാണ് എന്ന അർത്ഥത്തിൽ ഇന്നും പരിണാമ പ്രചാരകരായി നടക്കുകയാണ് ഒരുപാടാളുകൾ. ഡാർവ്വിന്റെ പരിണാമ സിദ്ധാന്തമാണ് ബൗദ്ധികമായി സംതൃപ്തിയുള്ള നിരീശ്വരവാദിയാകാൻ സഹായിച്ചത് എന്ന് നിരീശ്വരവാദികളുടെ ആഗോള പുരോഹിതൻ റിച്ചാർഡ് ഡോക്കിൻസ് പോലും പറയുമ്പോൾ ഈ സിദ്ധാന്തം അവർക്ക് നൽകുന്ന ആത്മവിശ്വാസം ചെറുതൊന്നുമല്ല എന്ന് മനസ്സിലാക്കാം.

ജീവോല്പത്തിയുമായി ബന്ധപ്പെട്ട ചർച്ചയിൽ പരിണാമത്തിന് സ്ഥാനമില്ല എന്നത് തന്നെയാണ് ഒന്നാമത്തെ കാര്യം. പരിണാമം ഒരിക്കലും ജീവൻറെ ഉല്പത്തിയെ പറ്റി ചർച്ച ചെയ്യുന്ന ശാഖയല്ല. പരിണാമത്തിന്റെ ഏറ്റവും ലളിതമായ നിർവചനം തന്നെ 'descent with modification' അഥവാ ജീവികളുടെ പരിഷ്കരണങ്ങളോടെയുള്ള തുടർച്ച എന്നതാണ്. എന്നുവെച്ചാൽ നിലവിലുള്ള ജീവനുള്ള വസ്തുക്കളിൽ വരുന്ന മാറ്റങ്ങളെ കുറിച്ചുള്ള പഠനമാണ് പരിണാമം. ജീവനുള്ളവയിൽ വരുന്ന മാറ്റങ്ങളെ കുറിച്ചുള്ള പഠനം എങ്ങനെയാണ് ജീവൻറെ തുടക്കത്തെ പറ്റിയുള്ള അന്വേഷണങ്ങൾക്ക് ഉത്തരമാവുക? ജീവൻ എങ്ങനെയുണ്ടായി എന്നല്ല, ഉണ്ടായ ജീവനിൽ മാറ്റങ്ങളുണ്ടാകുന്നുണ്ടോ എന്നതാണ് പരിണാമത്തിന്റെ മേഖലയെന്ന് ചുരുക്കം. അതിനാൽ ദൈവാസ്തിത്വവുമായും ജീവോല്പത്തിയുമായും ബന്ധപ്പെട്ട അടിസ്ഥാന ചർച്ചകളിൽ പരിണാമം പറഞ്ഞുവരുന്നവർക്ക് പരിണാമമെന്തെന്നോ അതിൻറെ ചർച്ചാ വിഷയമെന്തെന്നോ മനസ്സിലായിട്ടില്ല എന്ന് വേണം മനസ്സിലാക്കാൻ.

അതുകൊണ്ട് തന്നെ ജീവൻ എങ്ങനെയുണ്ടായെന്ന എന്നും നിരീശ്വരവാദികളെ കുടുക്കുന്ന ചോദ്യത്തിന് പരിണാമത്തിലൂടെ ഉത്തരം കാണാനാകില്ല. ദൈവത്തെ നിഷേധിക്കാനും ജീവോല്പത്തിക്ക് ശാസ്ത്രീയമായ വിശദീകരണം നൽകാനും പരിണാമത്തിനാകില്ല. ഇന്ന് ലോകത്ത് ജീവിച്ചിരിക്കുന്ന പരിണാമശാസ്ത്രജ്ഞരിൽ മിക്കവരും ദൈവത്തിൽ വിശ്വസിക്കുന്നവരാണ് എന്നതാണ് ഏറെ രസകരം. എന്തിനേറെ ഡാർവിൻ പോലും പറഞ്ഞത് ഒരാൾക്ക് ഒരേ സമയം ദൃഢവിശ്വാസിയും പരിണാമവാദിയും ആകാം എന്നായിരുന്നു. എന്നാൽ ഡാർവിൻ വ്യക്തിപരമായ

ചില പ്രയാസങ്ങളുമായി ബന്ധപ്പെട്ട് ഒരു അജ്ഞ്ഞേയതാവാദിയാവുകയായിരുന്നു. അദ്ദേഹം പരിണാമം കാരണമല്ല മതത്തെ പറ്റി സംശയാലുവായത്, തിന്മകളുമായും ഇച്ഛാശക്തിയുമായും ബന്ധപ്പെട്ട ചില സംശയങ്ങളായിരുന്നു മതരഹിതനാകാൻ അദ്ദേഹത്തെ പ്രേരിപ്പിച്ചത്.

ഡാർവിനിസ്റ്റുകൾ ഇന്ന് പ്രചരിപ്പിക്കുന്ന തരത്തിലൊക്കെ പരിണാമം നടന്നുവെന്ന് അപ്പടി വാദത്തിന് വേണ്ടി അംഗീകരിച്ചാൽ പോലും അതൊന്നും ദൈവമില്ലെന്നതിന് തെളിവാകുകയില്ല, ആദ്യത്തെ ജീവൻ എങ്ങനെ ഉണ്ടായെന്ന ചോദ്യത്തിന് ഉത്തരമാവുകയുമില്ല! എത്രയൊക്കെ പോയാലും ജീവനുള്ള ഒരു ഏകകോശ ജീവിയിൽ നിന്ന് പരിണമിക്കുന്നത് മാത്രമേ ഈ സിദ്ധാന്തത്തിന് വിശദീകരിക്കാനാവൂ.. ആ ജീവൻ എവിടെ നിന്ന്, എങ്ങനെ വന്നു എന്ന ചോദ്യം അവിടെ നിലനിൽക്കുക തന്നെ ചെയ്യും.

ഈ വസ്തുത മറച്ചുവെക്കാൻ പരിണാമത്തെ സൃഷ്ടിവാദവുമായി കൂട്ടിക്കെട്ടി ചർച്ച ചെയ്ത് പുകമറ തീർക്കുകയാണ് ഭൗതികവാദികൾ. പരിണാമവും സൃഷ്ടിവാദവും തമ്മിലുള്ള സംഘട്ടനം മാത്രമായി ചർച്ചകൾ ചുരുക്കുകയാണ് ഇവർ. സൃഷ്ടിവാദത്തെ കൂട്ടുപിടിക്കാതെ ഒറ്റയ്ക്ക് ചർച്ച ചെയ്യാൻ മാത്രം അടിത്തറയില്ലാത്തതാണോ പരിണാമശാസ്ത്രം?! ജീവൻറെ തുടക്കത്തെ പറ്റി പറയുന്ന 'സൃഷ്ടിപ്പും' തുടർച്ചയെ പറ്റി പറയുന്ന 'പരിണാമവും' അടിസ്ഥാനപരമായി നേരിട്ടുള്ള സംഘട്ടനത്തിലല്ല എന്നറിഞ്ഞിട്ടും പരിണാമം ചർച്ച ചെയ്യുന്നിടത്തോക്കെ പുട്ടിന തേങ്ങയിടുമാറ് സൃഷ്ടിവാദത്തെ തിരുകിക്കയറ്റിയില്ലെങ്കിൽ ചിലർക്ക് സമാധാനം കിട്ടില്ലെന്ന് തോന്നുന്നു. എന്തിനേറെ സ്കൂൾ പാഠപുസ്തകങ്ങളിൽ

പോലും ഇത്തരത്തിലുള്ള ചില പുകമറകൾ കടത്തിക്കൂട്ടിയിരിക്കുന്നു. പന്ത്രണ്ടാം ക്ലാസ് ബയോളജി പാഠപുസ്തകത്തിൽ പരിണാമം പഠിപ്പിക്കുന്ന ഭാഗത്ത് ഇങ്ങനെ കാണാം :

Conventional religious literature tells us about the theory of special creation. This theory has three connotations. One, that all living organisms (species or types) that we see today were created as such. Two, that the diversity was always the same since creation and will be the same in future also. Three, that earth is about **4000** years old. All these ideas were strongly challenged during the nineteenth century. (NCERT Textbook of Biology, page **128**)

"പരമ്പരാഗത മതഗ്രന്ഥങ്ങൾ പ്രത്യേക സൃഷ്ടിപ്പിനെ പറ്റിയാണ് പറയുന്നത്. മൂന്ന് കാര്യങ്ങളാണ് ഇവയിൽ ഉൾക്കൊണ്ടിട്ടുള്ളത്. ഒന്നാമത്, നാമിന്ന് കാണുന്ന എല്ലാ ജീവജാലങ്ങളും അതേപടി സൃഷ്ടിക്കപ്പെട്ടതാണ്. രണ്ട്, ജൈവവൈവിധ്യം എന്നും ഒരേ പോലെയായിരുന്നു, ഭാവിയിലും അതങ്ങനെ തന്നെയായിരിക്കും. മൂന്ന്, ഭൂമിയുടെ പ്രായം വെറും **4000** വർഷങ്ങൾ മാത്രമാണ്. ഈ ആശയങ്ങളെല്ലാം പത്തൊമ്പതാം നൂറ്റാണ്ടിൽ ശക്തമായി ചോദ്യം ചെയ്യപ്പെട്ടു."

എന്നുവെച്ചാൽ ഇനി പഠിക്കാൻ പോകുന്ന പരിണാമവും അതിന് അവതരിപ്പിക്കുന്ന തെളിവുകളുമെല്ലാം മതത്തിനും മതഗ്രന്ഥങ്ങൾക്കും വിരുദ്ധമാണ് എന്ന് തോന്നിപ്പിക്കണം! പ്രത്യേകം സൃഷ്ടിച്ചതല്ലെന്ന് വന്നാൽപോലും സൃഷ്ടിപ്പോ തുടക്കമോ വിശദീകരിക്കാൻ പരിണാമത്തിനാകില്ലെങ്കിൽ പിന്നെന്തിനാണ് ഇത്തരമൊരാമുഖം? ജൈവവൈവിധ്യത്തെ

പറ്റി ഏതെങ്കിലും മതഗ്രന്ഥങ്ങളിൽ വന്നത് എന്തിനാണ് എല്ലാ മതങ്ങളുടെയും മേൽ അടിച്ചേൽപ്പിക്കുന്നത്? ജൈവവൈവിധ്യം എന്നും മാറ്റമില്ലാതെ തുടരും എന്നതൊക്കെ മതാധ്യാപനമായി എവിടെയാണ്, ആരാണ് പഠിപ്പിച്ചു കൊണ്ടിരിക്കുന്നത്? ഭൂമിയുടെ പ്രായം ഏതെങ്കിലും ഒരു മതഗ്രന്ഥത്തിൽ വന്നത് എന്തിനാണ് മൊത്തം മതങ്ങളുടെ വാദമായി അവതരിപ്പിക്കുന്നത്? വിദ്യാർഥികൾക്ക് ഇനി പഠിക്കുന്നതെല്ലാം മതത്തിനെതിരാണ് എന്ന തോന്നലുണ്ടാക്കാൻ ഇത്തരം അടിസ്ഥാനരഹിതമായ കാര്യങ്ങൾ പാഠപുസ്തകങ്ങളിൽ എഴുതിചേർത്തത് ആരായാലും ഉദ്ദേശം വ്യക്തമാണ്.

പരിണാമം എന്നത് വിശാലമായ ഒരു ശാസ്ത്ര മേഖലയാണ്. സൂക്ഷ്മപരിണാമത്തെയും സ്ഥൂലപരിണാമത്തെയും പറ്റിയുള്ള വിവിധ തരത്തിലുള്ള പഠനങ്ങളും ഗവേഷണങ്ങളും നടന്നു കൊണ്ടിരിക്കുന്നു. മറ്റേത് ശാസ്ത്ര സിദ്ധാന്തത്തെയും പോലെ കാലാന്തരത്തിൽ ആദ്യം വിശ്വസിച്ചിരുന്ന പലതും ശരിയല്ലെന്ന് ബോധ്യപ്പെടും, പല നിഗമനങ്ങളും ഒഴിവാക്കേണ്ടി വരും, പലതും കൂട്ടിചെർക്കേണ്ടി വരും. എന്നാൽ ചിലർക്ക് പരിണാമം എന്നാൽ ഡാർവിൻ മാത്രമാണ്! എന്നാൽ സത്യത്തിൽ ഡാർവിനിസം എന്നത് പരിണാമവുമായി ബന്ധപ്പെട്ട അനേകം കാഴ്ചപ്പാടുകളിൽ ഒന്ന് മാത്രമാണ്. Neo Lamarkian Evolution, Mutation driven evolution, Evolution by natural genetic engineering, Evolution by self organization, Symbiotic evolution എന്നിങ്ങനെ അനേകം ധാരകൾ പരിണാമശാസ്ത്രജ്ഞന്മാർക്ക് ഇടയിൽ തന്നെയുണ്ട്. പുതിയ തെളിവുകൾക്കും ആശയങ്ങൾക്കും ഇടം കൊടുക്കാതെ ഡാർവിൻറെ പഴകിപ്പുളിച്ച അബദ്ധധാരണകളിൽ തന്നെ

പരിണാമശാസ്ത്രത്തെ തളച്ചിടണം എന്ന് ആഗ്രഹിക്കുന്നവർ ശാസ്ത്രബോധമില്ലാത്തവരാണ്.

പരിണാമവും ഡാർവിനിസവും പര്യായപദങ്ങളല്ല എന്ന ഈ തിരിച്ചറിവ് തന്നെയാണ് ഏറ്റവും പ്രധാനം. ജീവികളിൽ ഉണ്ടാകുന്ന ജൈവപരമായ മാറ്റങ്ങൾ ചർച്ച ചെയ്യുന്ന മേഖലയാണ് പരിണാമം. ഡാർവിൻറെ മുൻപും ശേഷവും ശാസ്ത്രലോകം ഏറെ ചർച്ച ചെയ്തിട്ടുള്ള മേഖലയാണിത്. ജീവികളിൽ ഓരോ കാലഘട്ടത്തിലും മാറ്റങ്ങളുണ്ടാകുന്നുണ്ടോ, അതിൻറെ കാരണങ്ങൾ എന്താണ്, അവ എങ്ങനെ മനുഷ്യപുരോഗതിക്ക് ഉപകാരപ്രദമാക്കാം എന്നൊക്കെ ചർച്ച ചെയ്യുന്ന വിശാലമായ മേഖലയാണ് പരിണാമശാസ്ത്രം. എന്നാൽ ഡാർവിനിസം എന്നത് ഈ പരിണാമത്തെ വ്യാഖ്യാനിച്ച് എല്ലാ ജീവജാലങ്ങളും പരസ്പരം ബന്ധപ്പെട്ടുകിടക്കുന്നു എന്നും അവയെല്ലാം ഒരു പൊതുപൂർവ്വികൻ ആണെന്നുമുള്ള ഒരു പരിണാമവൃക്ഷം സമർത്ഥിക്കലാണ്. പ്രസ്തുത പരിണാമ വൃക്ഷത്തിൽ മനുഷ്യൻറെ പരിണാമം അദ്ദേഹം പ്രത്യേകം ചർച്ച ചെയ്യുകയും മനുഷ്യനും ഇതുപോലെ മറ്റൊരു ജീവവർഗ്ഗത്തിൽ നിന്ന് പരിണമിച്ചുണ്ടായതാണ് എന്നും വാദിക്കുന്നു. ഇത് വ്യക്തമായും ഇസ്‌ലാമിക അധ്യാപനങ്ങൾക്ക് എതിരാണ്. മനുഷ്യനെ പ്രത്യേകമായി സൃഷ്ടിച്ചതാണ് എന്ന് ഒരു അവ്യക്തതകൾക്കും ഇടകൊടുക്കാതെ ഖുർആൻ വ്യക്തമായി പഠിപ്പിക്കുന്ന കാര്യമാണ്. അതുകൊണ്ട് തന്നെ ഇതിനുള്ള ശാസ്ത്രീയമായ തെളിവുകൾ അന്വേഷിക്കുക സ്വാഭാവികമാണ്.

ഡാർവിനിസത്തിന് തെളിവ് ചോദിക്കുമ്പോൾ പരിണാമത്തിനുള്ള തെളിവ് കൊണ്ട് വരിക എന്നത് ഇത്തരക്കാരുടെ സ്ഥിരം കലാപരിപാടിയാണ്.

ആൻറിബയോട്ടിക് റെസിസ്റ്റൻസും സൂക്ഷ്മപരിണാമത്തിനുള്ള തെളിവുകളും നിരത്തി അവർ സ്ഥലം വിടും. ഇതൊക്കെ അംഗീകരിച്ചാൽ തന്നെ ജീവികളിൽ ചെറിയ മാറ്റങ്ങളുണ്ടാകാം എന്നല്ലേ തെളിയുന്നുള്ളൂ, അവയെങ്ങനെയാണ് നിങ്ങൾ പറയുന്ന തരത്തിലുള്ള ഒരു പരിണാമവൃക്ഷത്തിനോ മനുഷ്യപരിണാമത്തിനോ തെളിവാകുക എന്ന ചോദ്യത്തിന് അവർക്കുത്തരമില്ല. താൻ പറഞ്ഞ തരത്തിലുള്ള പരിണാമവൃക്ഷത്തിന് അക്കാലത്ത് ഡാർവിൻ ഉന്നയിച്ചിരുന്നത് ഫോസിൽ തെളിവുകളായിരുന്നു. വ്യത്യസ്ത ജീവവർഗ്ഗങ്ങൾക്ക് ഇടയിലെ വിട്ടുപോയ കണ്ണികളുടെ ഫോസിലുകൾ ലഭ്യമായാൽ താൻ പറഞ്ഞത് തെളിയിക്കപ്പെടും എന്നായിരുന്നു ഡാർവിൻ അവകാശപ്പെട്ടത്. എന്നാൽ ഇത്രയും കാലം എല്ലാംമറന്ന് തിരഞ്ഞിട്ടും അവ കിട്ടാതായപ്പോഴാണ് സൂക്ഷ്മപരിണാമത്തിൻറെ തെളിവുകൾ കൊണ്ട് തൃപ്തിപ്പെടാൻ ഇവർ നിർബന്ധിതരായത്. കൃത്രിമമായി ഉണ്ടാക്കാൻ ശ്രമിച്ച ഫോസിലുകളാകട്ടെ ശാസ്ത്രലോകത്ത് കയ്യോടെ പിടിക്കപ്പെടുകയും ചെയ്തു.

പരിണാമ വൃക്ഷത്തിന് തെളിവായി അനേകം ജീവികളുടെ ഫോസിൽ കിട്ടിയെന്ന് വാദിക്കുന്നവർ എത്ര അറ്റുപോയ കണ്ണികളുടെ ഫോസിലുകൾ കിട്ടി എന്നന്വേഷിക്കുന്നത് നന്നാവും. ഒരു ജീവിയുടെ, ഉദാഹരണത്തിന് ദിനോസറിൻറെ ഫോസിൽ കിട്ടി എന്നാൽ അതിനർത്ഥം ആ കാലഘട്ടത്തിൽ ദിനോസർ ജീവിച്ചിരുന്നു എന്ന് മാത്രമാണ്. അല്ലാതെ അത് ഏതെങ്കിലും ഒന്നിൽ നിന്ന് പരിണമിച്ചതാണ് എന്നത് വെറും നിഗമനം മാത്രമാണ്. ഇങ്ങനെ ജീവിച്ചിരുന്നതും ജീവിചിരിക്കുന്നതുമായ

ജീവികളെ അടുക്കിവെച്ച് സാമ്യതതോന്നുന്നവയെല്ലാം ഒന്നിൽ നിന്ന് മറ്റൊന്ന് പരിണമിച്ചു എന്ന് സുന്ദരമായി വ്യാഖ്യാനിക്കാം എന്നല്ലാതെ തെളിവെന്ത് എന്ന് ചോദിച്ചാൽ കൈമലർത്തലല്ലാതെ രക്ഷയില്ല. അതിൽ തന്നെ ആകെയുള്ള ജീവജാലങ്ങളിൽ 99.999% ജീവികളെയും ഇതുവരെ നമുക്ക് നിരീക്ഷിക്കാൻ പോലും പറ്റിയിട്ടില്ല എന്ന് ശാസ്ത്രം പറയുമ്പോൾ, ആകെ നിരീക്ഷിക്കാൻ സാധിച്ച 0.001% ജീവജാലങ്ങളെ വെച്ചാണ് ഈ നിഗമനങ്ങളൊക്കെ. എന്നിരിക്കെ ഇതൊക്കെ തെറ്റാനുള്ള സാധ്യത എത്രയെന്ന് ഒന്നാലോചിച്ചു നോക്കൂ..

മറ്റെല്ലാ ശാസ്ത്രശാഖകളും ഏറെ മുന്നോട്ട് കുതിക്കുമ്പോഴും പരിണാമശാസ്ത്രം മാത്രം ഡാർവിൻ പറഞ്ഞതിനപ്പുറം പോകരുത് എന്ന് വാശിപിടിക്കുന്നവർ ശാസ്ത്രത്തെ പിറകോട്ട് വലിക്കുകയാണ്. ശാസ്ത്രത്തോടും തെളിവുകളോടുമുള്ള ഈ നിഷേധാത്മക നിലപാട് തിരുത്തിയേ മതിയാകൂ. ഏകപൊതുപൂർവികൻ എന്ന ആശയത്തിനെതിരെ ഒരുപാട് പൂർവ്വികന്മാരുണ്ടാകാം എന്നും, പരിണാമവൃക്ഷത്തിന് പകരം പരിണാമ ശൃഖലയും, കാലക്രമേണ പതിയെയുള്ള മാറ്റങ്ങൾക്ക് പകരം പെട്ടെന്നുള്ള മാറ്റങ്ങൾ ഉണ്ടാവാം എന്നുമടക്കം അനേകം തിരുത്തലുകളും പുതിയ ആശയങ്ങളും പരിണാമശാസ്ത്ര രംഗത്ത് വന്നിട്ടും അവയൊന്നും ചർച്ചക്കെടുക്കുക പോലും ചെയ്യാതെ ജെനറ്റിക്കോ മോളിക്കുലാർ ബയോളജിയോ ഒന്നുമില്ലാതിരുന്ന കാലത്ത് ഡാർവിൻ നടത്തിയ പ്രവചനങ്ങളിലും നിഗമനങ്ങളിലും വിശ്വസിച്ച് കാലം തീർക്കണമെന്ന് ആർക്കാണിത്ര നിർബന്ധം?

ശാസ്ത്രലോകത്ത് നടക്കുന്ന ചർച്ചകൾ അതിൻറെ മുറക്ക് നടക്കട്ടെ. ഇസ്‌ലാമികമായി പരിണാമമെന്ന്

കേൾക്കുമ്പോഴേക്ക് എതിർക്കേണ്ട ബാധ്യതയും മുസ്ലിംകൾക്കില്ല. ജീവികളിൽ ചെറിയ മാറ്റങ്ങൾ ഉണ്ടാവുന്നു എന്ന് തെളിയിക്കപ്പെട്ടാലോ ഇല്ലെന്ന് തെളിയിക്കപ്പെട്ടാലോ ഇസ്ലാമിക പ്രമാണങ്ങൾക്ക് അത് വിരുദ്ധമാകുന്നില്ല. എന്നാൽ മനുഷ്യപരിണാമത്തെ അംഗീകരിക്കാൻ ഒരു വിശ്വാസിക്ക് സാധ്യവുമല്ല തന്നെ. കാരണം ശാസ്ത്രം ലഭിക്കുന്ന തെളിവുകൾക്കനുസരിച്ച് മാറിക്കൊണ്ടേയിരിക്കും. എന്നാൽ മുസ്ലിംകളെ സംബന്ധിച്ച് എല്ലാം സൃഷ്ടിച്ച പ്രപഞ്ചസ്രഷ്ടാവിൻറെ വചനങ്ങൾ ഖണ്ഡിതമായി ഒരു കാര്യം പറയുന്നുവെങ്കിൽ ശാസ്ത്രലോകത്ത് പോലും അംഗീകരിക്കപ്പെടാത്ത കേവല നിഗമനങ്ങൾക്കും സങ്കല്പങ്ങൾക്കും പിന്നാലെ പോകേണ്ട ആവശ്യം അവർക്കില്ല.

ജീവോൽപത്തിയെ പറ്റി പരിണാമത്തിനൊന്നും പറയാനില്ലെന്ന് വ്യക്തം. നിലവിലുള്ള ജീവജാലങ്ങളിൽ വരുന്ന മാറ്റങ്ങൾ മാത്രമാണ് പരിണാമത്തിൻറെ വിഷയം. എങ്കിൽ ജീവൻ എവിടെ നിന്ന് എങ്ങനെ വന്നു എന്ന ചോദ്യം അവിടെ നിലനിൽക്കുന്നു. ഒരിക്കലും അവിടെയും ദൈവത്തെ അംഗീകരിച്ചുകൂടാ എന്ന വാശിപിടിച്ചിരിക്കുന്നവർക്ക് പക്ഷെ ഭൂമിക്ക് വെളിയിൽ നിന്ന് ജീവൻറെ ബീജബിന്ദുക്കൾ ഭൂമിയിലെത്തി ജീവനുണ്ടായതാണ് എന്ന പാൻസ്പെർമിയ തിയറിയും (Panspermia theory) അന്യഗ്രഹ ജീവികൾ ജീവനെ രൂപകല്പന ചെയ്ത് ഭൂമിയിൽ എത്തിച്ചതാണ് എന്ന ഡയറക്ടഡ് പാൻസ്പെർമിയ തിയറിയും (Directed panspermia theory) മൂലകങ്ങൾ ഇടിയും മഴയും മിന്നലും കൊണ്ട് തനിയെ ജീവനുണ്ടായതാണ് എന്ന നാച്ചുറലിസ്റ്റിക് തിയറിയുമൊന്നും (Naturalistic theory) ശാസ്ത്രീയ

സിദ്ധാന്തങ്ങളായി അംഗീകരിക്കാൻ മടിയില്ല! എത്ര തന്നെ യുക്തിശൂന്യമായ തിയറികൾ തലയിലേറ്റിയാലും അറിയാതെ പോലും ദൈവത്തെ അംഗീകരിക്കാൻ ഇടവരരുത് എന്ന ധാർഷ്ട്യം മാത്രം.

9. യുക്തിയും ഇസ്‌ലാമും

യുക്തിപരമായ സത്യാന്വേഷണം മനുഷ്യപ്രകൃതിയിൽ പെട്ട കാര്യമാണ്. ദൈവത്തെ കുറിച്ചും ജീവിതത്തോടുള്ള സമീപനത്തെ കുറിച്ചും നന്മ തിന്മകളെ കുറിച്ചും വിശ്വാസങ്ങളെകുറിച്ചുമെല്ലാം മനുഷ്യൻ അന്വേഷിച്ചുകൊണ്ടേയിരിക്കും. മുൻവിധിയില്ലാത്ത അന്വേഷണങ്ങൾ പലപ്പോഴും അവനെ സത്യം കണ്ടെത്താൻ സഹായിക്കുകയും ചെയ്യും. നിരീശ്വരവാദത്തിന്റെ യുക്തിയെപറ്റി നാം നേരത്തെ ചർച്ച ചെയ്തതാണ്. സാമാന്യ യുക്തിക്ക് പോലും അംഗീകരിക്കാത്ത തരത്തിലുള്ള ഭീമമായ അന്ധവിശ്വാസങ്ങളാണ് അതിൻറെ അടിത്തറ തന്നെ. ഒന്നുമില്ലായ്മയിൽ നിന്ന് എന്തൊക്കെയോ ഉണ്ടായെന്നും യാദൃശ്ചികത വ്യവസ്ഥാപിതത്വത്തിന് വഴിമാറിയെന്നും അതിസൂക്ഷ്മവും കൃത്യവുമായ ജൈവരംഗത്തെ രൂപകല്പനയും വ്യവസ്ഥാപിതമായ പ്രപഞ്ചത്തിന്റെ ചലനവുമെല്ലാം പിന്നിലൊരാളുമില്ലാതെ ഉണ്ടായതാണ് എന്ന് വിശ്വസിക്കാൻ മുനവിധിയില്ലാതെ സത്യം തേടിയിറങ്ങുന്ന ഒരാൾക്ക് സാധ്യമല്ലല്ലോ..

ഒരു പുസ്തകത്തിലെ ഒരു പാരഗ്രാഫ് എങ്കിലും വിവിധ അക്ഷരങ്ങൾ കൂട്ടിയിട്ടപ്പോൾ തനിയെ ഉണ്ടായിത്തീർന്നു എന്ന് വിശ്വസിക്കാൻ ബുദ്ധിയും വിവേകവുമുള്ള ഒരാൾക്ക്

സാധ്യമല്ല. എങ്കിൽ പിന്നെ എങ്ങനെയാണ് ആയിരക്കണക്കിന് എൻസൈക്ളോപ്പീഡിയകളിൽ ഉൾക്കൊള്ളേണ്ട വിവരങ്ങൾ അടങ്ങിയിട്ടുള്ള ഒരു കോശമെങ്കിലും തനിയെ ഉണ്ടായി എന്ന് ഒരു ജൈവശാസ്ത്രത്തിന്റെ ബാലപാഠമറിയാവുന്ന ഒരാൾ സമ്മതിച്ചു തരിക? പരസ്പരബന്ധിതമായി അത്ഭുതകരമായ രീതിയിൽ പ്രവർത്തിച്ചു കൊണ്ടിരിക്കുന്ന മനുഷ്യശരീരത്തിന്റെ ഘടനാവിസ്മയം നേരിട്ടുപഠിക്കുന്ന ഒരു മെഡിക്കൽ വിദ്യാർഥിക്ക് എങ്ങനെയാണ് ഈ ഘടനകൾ യാദൃശ്ചികമെന്ന് സമ്മതിച്ചു തരാനാവുക? കണികകളുടെയും തന്മാത്രകളുടെയും ലോകത്തെ ആശ്ചര്യപ്പെടുത്തുന്ന വസ്തുതകൾ പഠിക്കുന്ന രസതന്ത്രവിദ്യാർഥിയുടെ അന്വേഷണങ്ങൾക്ക് മുൻപിൽ ദൈവമില്ലെന്ന് പറഞ്ഞുചെന്നാൽ അവനെങ്ങനെ അംഗീകരിക്കാനാണ്? ഭൗതികലോകത്തിൻറെ യാഥാർത്ഥ്യങ്ങൾക്ക് മുൻപിൽ, ആപേക്ഷികതാ സിദ്ധാന്തവും സ്ഥലകാലനൈരന്തര്യത്തെ പറ്റിയുള്ള വിവരങ്ങളും നൽകുന്ന തിരിച്ചറിവ് നേടിയ ഭൗതികശാസ്ത്രവിദ്യാർഥിക്ക് മുൻപിൽ ഈ യുക്തിരഹിതവാദങ്ങൾ എങ്ങനെ ചെലവാകാനാണ്?

ഇങ്ങനെ എല്ലാ നിലക്കും സാമാന്യയുക്തിയും ശാസ്ത്രീയവിജ്ഞാനങ്ങളും സ്രഷ്ടാവിലേക്ക് വിരൽചൂണ്ടുമ്പോൾ, മുൻവിധിയോടെയും ദൈവമുണ്ടാകരുത് എന്ന നിർബന്ധത്തോടെയും മാത്രമേ ഗവേഷണനിരീക്ഷണങ്ങൾ നടത്താൻ പാടുള്ളൂ എന്ന് പറയുന്നിടത്തേക്ക് വരെ ഈയാളുകൾ എത്തി എന്നത് നാം കണ്ടു. എന്നാൽ അതേ സമയം തന്നെ മതങ്ങൾ ചിന്തക്കും വിജ്ഞാനത്തിനും എതിരാണെന്ന കുപ്രചാരണം

അഴിച്ചുവിടാനം ഇവർ ശ്രമിച്ചു കൊണ്ടിരിക്കുന്നു. മതഗ്രന്ഥങ്ങളുടെ ചട്ടക്കൂടിനപ്പുറത്തേക്ക് ചിന്തിക്കുവാനോ പഠിക്കുവാനോ പാടില്ലെന്നാണ് മതങ്ങൾ പഠിപ്പിക്കുന്നത് എന്ന നിലക്കുള്ള പ്രചാരണങ്ങൾ ഇന്ന് പലയിടത്തും നടന്നുകൊണ്ടിരിക്കുന്നു.

എന്നാൽ വസ്തുത നേരെ മറിച്ചാണ്. പഠിക്കുവാനം ചിന്തിക്കുവാനം സ്വതന്ത്രമായ അന്വേഷണങ്ങൾ നടത്തുവാനമാണ് മതം പഠിപ്പിക്കുന്നത്. സൃഷ്ടിപ്പിൻറെ അത്ഭുതങ്ങളിലേക്ക് വിരൽചൂണ്ടിക്കൊണ്ട് ഇവയെകുറിച്ചൊന്നും നിങ്ങൾ ചിന്തിക്കുകയും പഠിക്കുകയും ചെയ്യുന്നില്ലേ എന്ന് ചോദിച്ചുകൊണ്ട് ചിന്തയെ പ്രോത്സാഹിപ്പിക്കുകയാണ് ഖുർആൻ:

"ഒട്ടകത്തിന്റെ നേർക്ക് അവർ നോക്കുന്നില്ലേ? അത് എങ്ങനെ സൃഷ്ടിക്കപ്പെട്ടിരിക്കുന്നു എന്ന്. ആകാശത്തേക്ക് (അവർ നോക്കുന്നില്ലേ?) അതെങ്ങനെ ഉയർത്തപ്പെട്ടിരിക്കുന്നു എന്ന്. പർവതങ്ങളിലേക്ക് (അവർ നോക്കുന്നില്ലേ?) അതെങ്ങനെ ഉയർത്തപ്പെട്ടിരിക്കുന്നു എന്ന്. ഭൂമിയിലേക്ക് (അവർ നോക്കുന്നില്ലേ?) അതെങ്ങനെ പരത്തപ്പെട്ടിരിക്കുന്നു എന്ന്." (വിശുദ്ധ ഖുർആൻ 88: 17-20)

ഇങ്ങനെ ചുറ്റുപാടുകളിലേക്ക് നോക്കാനം, കാര്യങ്ങളെ വീക്ഷിക്കുവാനം അവയെ കുറിച്ച് ചിന്തിക്കുവാനമാണ് ഇസ്‌ലാം മനുഷ്യരോട് ആഹ്വാനം ചെയ്യുന്നത്. ഇങ്ങനെ പ്രോത്സാഹനം നൽകുക മാത്രമല്ല അങ്ങനെ ചെയ്യാത്തവരെ ശക്തമായ ഭാഷയിൽ ആക്ഷേപിക്കുകയും ചെയ്യുകയാണ് ഖുർആൻ.

"അവർക്ക് മനസ്സുകളുണ്ട്, അതുപയോഗിച്ച് അവർ കാര്യം ഗ്രഹിക്കുകയില്ല. അവർക്ക് കണ്ണുകളുണ്ട്, അതുപയോഗിച്ച്

അവർ കണ്ടറിയുകയില്ല. അവർക്ക് കാതുകളുണ്ട്, അതുപയോഗിച്ച് അവർ കേട്ടുമനസ്സിലാക്കുകയില്ല. അവർ നാൽകാലികളെ പോലെയാകുന്നു. അല്ല; അവരാണ് കൂടുതൽ വഴിപിഴച്ചവർ. അവർ തന്നെയാണ് ശ്രദ്ധയില്ലാത്തവർ" (വിശുദ്ധ ഖുർആൻ 7:179)

കാണേണ്ടത് കാണുകയയോ കേൾക്കേണ്ടത് കേൾക്കുകയയോ കാര്യം ഗ്രഹിക്കുകയയോ ചിന്തിക്കുകയയോ ചെയ്യാത്ത ആളുകളെ നാൽകാലികളോട് ഉപമിക്കുകയും, അവരേക്കാൾ മോശമാണ് ഇത്തരക്കാരുടെ അവസ്ഥയെന്ന് പറയുകയുമാണ് ഇവിടെ ഖുർആൻ. ഈ രീതിയിൽ ചിന്തയുടെയും വിജ്ഞാനസമ്പാദനത്തിൻറെയും പ്രാധാന്യം ഖുർആൻ ഊന്നിപ്പറഞ്ഞു. നിങ്ങൾ ചിന്തിക്കുന്നില്ലേ? നിങ്ങൾ ആലോചിക്കുന്നില്ലേ? എന്നിങ്ങനെ നൂറുകണക്കിന് സ്ഥലങ്ങളിൽ ആവർത്തിച്ചാവർത്തിച്ച് ചോദിച്ചു കൊണ്ടേയിരുന്നു.

അങ്ങനെയാണ് കള്ളും പെണ്ണും മാത്രമാണ് ജീവിതം എന്ന് ധരിച്ചിരുന്ന ഒരു സമൂഹത്തെ ലോകത്തിൻറെ ഉന്നതികളിലേക്ക് ഖുർആനും ഇസ്ലാമിക അധ്യാപനങ്ങളും എത്തിച്ചത്. ഖുർആൻ അവർക്ക് ദിശാബോധവും മാർഗദർശനവും നൽകി. തീർത്തും അന്ധകാരത്തിൽ ജീവിച്ചിരുന്ന 'ജാഹിലിയ്യ' അറബികളിൽ നിന്ന് ആദ്യത്തെ യഥാർത്ഥ ശാസ്ത്രജ്ഞൻ എന്നറിയപ്പെടുന്ന ഇബ്നു ഹൈതമും കെമിസ്ട്രിയിലെ മഹാനായ ശാസ്ത്രജ്ഞൻ ജാബിർ ബിൻ ഹയ്യാനും വൈദ്യശാസ്ത്രരംഗത്തെ പ്രശസ്തരായ ഇബ്നു സീനയും സഹറാവിയും അൽ റാസിയും അൽഗോരിതം കണ്ടു പിടിച്ച അൽ ഖവാരിസ്മിയുമടക്കം അനേകം ഉന്നതരായ ശാസ്ത്രജ്ഞന്മാരും തത്വചിന്തകരും നേതാക്കളും ചരിത്രകാരന്മാരുമെല്ലാം ഇസ്ലാമിക ഭൂമികയിൽ

ഉയർന്നുവന്നത് ഈ അധ്യാപനങ്ങൾ നൽകിയ അടിത്തറയിൽ നിന്നാണ്. വിജ്ഞാനത്തിന് ഇസ്‌ലാം നൽകിയ പ്രാധാന്യം അവരെ ലോകത്തിൻറെ വിവിധ ഭാഗങ്ങളിൽ വിവിധ ഭാഷകളിൽ രചിക്കപ്പെട്ടിട്ടുള്ള ഗ്രന്ഥങ്ങൾ ഇസ്‌ലാമിക ലോകത്തേക്ക് എത്തിക്കുവാനും അറബിയിലേക്ക് വിവർത്തനം ചെയ്യാനും പ്രേരിപ്പിച്ചു.

പറഞ്ഞുവന്നത് ഇസ്‌ലാം വിജ്ഞാനത്തിനും ചിന്തക്കും നൽകിയ പ്രസക്തി ഒന്നുമല്ലാതിരുന്ന ഒരു സമൂഹത്തിൽ ഉണ്ടാക്കിയ മാറ്റങ്ങളെ കുറിച്ചാണ്. ഇങ്ങനെ ചിന്തിക്കുകയും പഠിക്കുകയും ഗവേഷണം ചെയ്യുകയും ചെയ്യുന്നവർക്ക് ബോധ്യമാകുന്ന യാഥാർത്ഥ്യത്തെ പറ്റിയും ഖുർആൻ സൂചിപ്പിക്കുന്നു.

"തീർച്ചയായും ആകാശങ്ങളുടെയും ഭൂമിയുടെയും സൃഷ്ടിയിലും, രാപ്പകലുകൾ മാറി മാറി വരുന്നതിലും സൽബുദ്ധിയുള്ളവർക്ക് പല ദൃഷ്ടാന്തങ്ങളുമുണ്ട്. നിന്നുകൊണ്ടും ഇരുന്നുകൊണ്ടും കിടന്നുകൊണ്ടും അവർ അല്ലാഹുവെ ഓർമ്മിക്കുകയും ആകാശങ്ങളുടെയും ഭൂമിയുടെയും സൃഷ്ടിപ്പിനെ പറ്റി ചിന്തിച്ചുകൊണ്ടേയിരിക്കുകയും ചെയ്യുന്നവരത്രേ അവർ . (അവർ പറയും) ഞങ്ങളുടെ രക്ഷിതാവേ, നീ നിരർത്ഥകമായി സൃഷ്ടിച്ചതല്ല ഇത്. നീ എത്രയോ പരിശുദ്ധൻ.അതിനാൽ നരകശിക്ഷയിൽ നിന്ന് ഞങ്ങളെ കാത്തുരക്ഷിക്കണേ" (ഖുർആൻ 3:190,191)

അഥവാ ഈ സൃഷ്ടിപ്പിനെ പറ്റിയും ചുറ്റുമുള്ള ദൃഷ്ടാന്തങ്ങളെ പറ്റിയും സദാ ചിന്തിച്ചു കൊണ്ടിരിക്കുന്നവർ സൃഷ്ടിവൈഭവം ബോധ്യപ്പെട്ടു കൊണ്ട് സ്രഷ്ടാവിൻറെ പരിശുദ്ധതയെ വാഴ്ത്തും. പഠനങ്ങളും ഗവേഷണങ്ങളും അറിവുകളും

സല്‍ബുദ്ധിയുള്ളവരെ സ്രഷ്ടാവിന്‍റെ അസ്ഥിത്വം കൂടുതല്‍ കൂടുതല്‍ ബോധ്യപ്പെടുത്തുകയാണ് ചെയ്യുന്നത്. ഇങ്ങനെ പഠിച്ചും ചിന്തിച്ചും അന്വേഷിച്ചും ദൈവത്തെ കണ്ടെത്താനാണ് യാഥാര്‍ത്ഥത്തില്‍ ഇസ്‌ലാം ആവശ്യപ്പെടുന്നത്.

ഇതുപറയുമ്പോള്‍ സാധാരണയായി നിരീശ്വരവാദികള്‍ തിരിച്ചു പറയാറുള്ള കാര്യമാണ് ബുദ്ധിയുപയോഗിച്ച് കണ്ടെത്തിയ ഇസ്‌ലാമില്‍ ഒരാള്‍ പ്രവേശിച്ചു കഴിഞ്ഞാല്‍ പിന്നെ ഇസ്‌ലാമിക പ്രമാണങ്ങളില്‍ അതുപയോഗിക്കുന്നില്ലല്ലോ എന്നത്. ഇവിടെ കൃത്യമായി ഇക്കാര്യം വിശദീകരിക്കേണ്ടതുണ്ട് എന്ന് തോന്നുന്നു. ചിന്തയിലൂടെയും പഠന-ഗവേഷണങ്ങളിലൂടെയും ഒരു വ്യക്തി കണ്ടെത്തുന്നത് പ്രപഞ്ചാതീതനായ, സര്‍വ്വശക്തനായ, അറിവിനും കഴിവിനും പരിധിയോ പരിമിതിയോ ഇല്ലാത്ത ഒരു സ്രഷ്ടാവിനെയാണ്. അവന്‍റെ ദൂതനാണ് മുഹമ്മദ് നബി(സ) എന്നും അവന്‍റെ വചനങ്ങളാണ് വിശുദ്ധ ഖുര്‍ആന്‍ എന്നും ബോധ്യപ്പെട്ട ഒരാളെ സംബന്ധിച്ച് ഖുര്‍ആനിക വചനങ്ങളും പ്രവാചകന്‍റെ വാക്കുകളും ദൈവത്തില്‍ നിന്നുള്ള വെളിപാട് അഥവാ വഹിയ് ആണ്. സര്‍വജ്ഞനായ ദൈവത്തില്‍ നിന്നുള്ള വെളിപാടുകളില്‍ അബദ്ധങ്ങള്‍ ഉണ്ടാവുകയില്ലെന്നത് ദൈവത്തെ കണ്ടെത്തിയ ഒരാളെ സംബന്ധിച്ചിടത്തോളം സാമാന്യ യുക്തിയാണ്. തീര്‍ച്ചയായും മനുഷ്യന്‍റെ ബുദ്ധിക്കും ചിന്തക്കും പരിധികളുണ്ട്. അതുകൊണ്ട് തന്നെ ദൈവിക വചനങ്ങള്‍ക്ക് അവന്‍ തന്‍റെ ചിന്തകളേക്കാള്‍ പ്രാധാന്യം കൊടുക്കുക സ്വാഭാവികം. കാരണം, അവന്‍റെ ബുദ്ധിയെ പോലും സൃഷ്ടിച്ച, അറിവിനും കഴിവിനും പരിധികളില്ലാത്ത

ദൈവത്തിൽ നിന്നാണ് എന്ന് അവന് പഠിച്ചു ബോധ്യപ്പെട്ടതാണത്.

ഒരുദാഹരണമെടുക്കാം, ഒരുപാട് പഠനങ്ങൾക്കും ചിന്തകൾക്കും ശേഷം ദൈവമുണ്ടെന്നും ഖുർആൻ ദൈവിക വചനങ്ങളാണെന്നും ബോധ്യപ്പെട്ട ഒരു വ്യക്തി ഖുർആൻ തുറന്ന് പാരായണം ചെയ്യുമ്പോൾ മഹാനായ യൂനസ് നബി(അ)യെ മത്സ്യം വിഴുങ്ങിയതും പിന്നീട് ആ മത്സ്യം തന്നെ കരക്ക് വന്ന് അദ്ദേഹത്തെ ഉപേക്ഷിച്ചതുമായ സംഭവം വായിക്കുന്നു. ഇവിടെയാണ് യുക്തിവാദികളുടെ ചോദ്യം, ഈ സംഭവം എങ്ങനെയാണ് സാമാന്യ യുക്തിക്ക് നിരക്കുന്നത്, എങ്ങനെയാണ് മത്സ്യത്തിന്റെ വയറ്റിൽ കേടുപാടുകൾ കൂടാതെ ഒരു മനുഷ്യന് ജീവിക്കാനാകുക, എങ്ങനെയാണ് മത്സ്യം കരക്ക് വന്ന് വയറ്റിലുള്ള മനുഷ്യനെ ഉപേക്ഷിച്ചു എന്ന് വിശ്വസിക്കാനാവുക എന്നിങ്ങനെ. എന്നാൽ ഇതൊക്കെ തീർത്തും യുക്തിക്ക് യോജിക്കുന്നതാണ് എന്നതാണ് വിശ്വാസികളുടെ മറുപടി. അതിനുകാരണം ഇത് സാധാരണ സംഭാവമായത് കൊണ്ടല്ല, മറിച്ച് യുക്തിയുപയോഗിച്ച് അന്വേഷണ പഠനങ്ങളിലൂടെ അവൻ കണ്ടെത്തിയ സ്രഷ്ടാവിൻറെ കഴിവുകൾക്ക് പരിധിയില്ല. "അവൻ എല്ലാറ്റിനും കഴിവുള്ളവനാകുന്നു" എന്ന് ആവർത്തിച്ചു പറയുന്ന ഖുർആൻ ദൈവിക വചനങ്ങളാണ് എന്ന് അവന് പൂർണ്ണബോധ്യമുള്ളതാണ്. അങ്ങനെ ബോധ്യമുള്ള ഒരാളെ സംബന്ധിച്ച് എല്ലാറ്റിനും കഴിവുള്ള, കഴിവുകൾക്ക് പരിധിയില്ലാത്ത സ്രഷ്ടാവിന് മത്സ്യത്തിന്റെ വയറ്റിൽ യൂനസ് നബിക്ക് ജീവിക്കാനാവശ്യമായ സൗകര്യങ്ങളൊരുക്കാനോ ഒരു കേടുപാടുകളുമില്ലാതെ കരക്കെത്തിക്കാനോ സാധിക്കും എന്നതിൽ എന്താണ് യുക്തിരാഹിത്യമുള്ളത്?

ഈ ലോകത്ത് എല്ലാ ജീവജാലങ്ങൾക്കും ജീവിക്കാനാവശ്യമായ വായുവും അന്നവും മറ്റു സൗകര്യങ്ങളും ഏർപ്പെടുത്താൻ കഴിവുള്ള സ്രഷ്ടാവിന് അവനുദ്ദേശിക്കുന്ന സമയത്ത് ഒരു മത്സ്യത്തിന്റെ വയറ്റിൽ അത് സംവിധാനിക്കാൻ കഴിവില്ലാതെ പോകില്ലല്ലോ. 'പടച്ചവൻ എല്ലാറ്റിനും കഴിവുള്ളവനാകുന്നു' എന്നത് മനസ്സിലാക്കിയ ഒരാൾക്ക് ഇതിൽ ഒരു യുക്തിരാഹിത്യവും അനുഭവപ്പെടില്ല. ഇങ്ങനെയാണ് ഇവരുന്നയിക്കുന്ന ഏത് കാര്യത്തിന്റെയും അവസ്ഥ.

സ്വന്തം അറിവുകളുടെയും കഴിവിന്റെയും ചിന്താശക്തിയുടെയും പരിധികൾ മനസ്സിലാക്കുക എന്നതാണ് ഇതിൽ പ്രധാനപ്പെട്ട മറ്റൊരു കാര്യം. ആ പരിമിതമായ അറിവിന്റെയും ചിന്താശക്തിയുടെയും മാനദണ്ഡങ്ങളുപയോഗിച്ച് പരിധിയില്ലാത്ത അറിവിന്റെ ഉടമയായ ദൈവത്തിന്റെ വചനങ്ങളെ അളക്കാൻ ശ്രമിച്ചാൽ പലപ്പോഴും പരാജയമായിരിക്കും. നമുക്ക് എളുപ്പം മനസ്സിലാകുന്ന ചില ഉദാഹരണങ്ങളെടുക്കാം, കുറച്ചു കാലം മുൻപ് വരെ പ്രപഞ്ചത്തിന് തുടക്കമോ ഒടുക്കമോ ഇല്ലെന്ന സ്ഥിരസ്ഥിതി സിദ്ധാന്തമായിരുന്നു ശാസ്ത്രലോകത്ത് അംഗീകരിക്കപ്പെട്ടിരുന്നത്. അന്നത്തെ അറിവനുസരിച്ച് പ്രപഞ്ചത്തിന് തുടക്കമുണ്ടെന്ന ഖുർആനിക വചനം തെറ്റാണെന്ന് പറയേണ്ടി വരുമായിരുന്നു.

എന്നാൽ ശാസ്ത്രം ലഭിക്കുന്ന തെളിവുകൾക്ക് അനുസരിച്ച് മാറുമെന്നും നമുക്ക് ലഭിക്കുന്ന തെളിവുകൾ അനുസരിച്ച് നാം പറയുന്ന നിഗമനങ്ങൾ ഒരുപക്ഷെ യാഥാർത്ഥ്യമായിരിക്കണം എന്നില്ലെന്നും തിരിച്ചറിയുന്ന ഒരാളെ സംബന്ധിച്ച് എല്ലാറ്റിനെയും സൃഷ്ടിച്ച, പ്രപഞ്ചത്തിന്റെ സ്രഷ്ടാവിന്റെ വചനങ്ങളെ ഒരു

സംശയവുമില്ലാതെ അംഗീകരിക്കുക എന്നതാണ് അവിടെ യുക്തി. കാരണം യാഥാർത്ഥ്യം പൂർണ്ണമായി പ്രതിഫലിപ്പിക്കാൻ ലഭിക്കുന്ന തെളിവുകളുടെ അടിസ്ഥാനത്തിൽ മാത്രം നിഗമനങ്ങളിൽ എത്തുന്ന ശാസ്ത്രത്തിന് സാധിച്ചുകൊള്ളണം എന്നില്ല. അതുകൊണ്ട് തന്നെ ദൈവത്തെയും ദൈവത്തിൻറെ വചനങ്ങളെയും അതിൻറേതായ രീതിയിൽ മനസ്സിലാക്കിയവർ അന്നും പ്രപഞ്ചത്തിന് തുടക്കമുണ്ടെന്നു തന്നെ വിശ്വസിച്ചു. പിന്നീട് ലഭ്യമായ മറ്റു തെളിവുകൾക്കനുസരിച്ച് ശാസ്ത്രവും പ്രപഞ്ചത്തിന് തുടക്കമുണ്ടെന്ന കാര്യം പ്രഖ്യാപിച്ചു.

നാം അവലംബിക്കുന്ന പ്രധാന വിജ്ഞാനസ്രോതസായ ശാസ്ത്രത്തിൻറെ ഈയൊരു പരിധി മനസ്സിലാക്കാൻ സാധിച്ചില്ലെങ്കിലാണ് പലപ്പോഴും ഖുർആനിലും ഹദീസിലും യുക്തിക്ക് നിരക്കാത്തതായി എന്തൊക്കെയോ ഉണ്ടെന്ന തോന്നൽ ഉണ്ടാവുന്നത്. ശാസ്ത്രം അപ്പപ്പോൾ ലഭിക്കുന്ന തെളിവുകൾക്ക് അനുസരിച്ചാണ് സിദ്ധാന്തങ്ങൾ രൂപീകരിക്കുന്നത്. ഇത് എളുപ്പത്തിൽ മനസ്സിലാകാൻ പൊതുവേ പറയുന്ന ഒരു ലളിതമായ ഉദാഹരണം തന്നെയെടുക്കാം. അരയന്നങ്ങളുടെ നിറത്തെ പറ്റിയുള്ള ഒരു ശാസ്ത്രീയ ഗവേഷണമാണ് നാം നടത്താൻ പോകുന്നത്. ശാസ്ത്രത്തിൻറെ രീതിയനുസരിച്ച് നാം ചെയ്യുന്നത് വ്യത്യസ്ഥ പ്രദേശങ്ങളിൽ നിന്നും വിവിധ തരത്തിലുള്ള അരയന്നങ്ങളെ നാം പഠനവിധേയമാക്കുന്നു. അങ്ങനെ ആയിരം അരയന്നങ്ങളെ നാം നിരീക്ഷിച്ചു എന്ന് കരുതുക. നാം നിരീക്ഷിച്ച ആയിരം അരയന്നങ്ങൾക്കും വെളുത്ത നിറമാണ്. എങ്കിൽ സ്വാഭാവികമായും അരയന്നങ്ങളുടെ നിറത്തെ പറ്റിയുള്ള നമ്മുടെ ശാസ്ത്രീയ പഠനത്തിൻറെ അവസാനം നാം എത്തുന്ന നിഗമനം 'അരയന്നങ്ങളുടെ നിറം വെളുപ്പാണ്'

എന്നതായിരിക്കും. എന്നാൽ ആയിരത്തി ഒന്നാമത്തെ അരയന്നം ഒരുപക്ഷെ കറുത്ത നിറമുള്ളതായിരിക്കാം. അത് നമ്മുടെ നിരീക്ഷണ പരിധിയിൽ വരാത്തിടത്തോളം കാലം 'അരയന്നങ്ങളുടെ നിറം വെളുപ്പാണ്' എന്നത് തന്നെയാണ് അംഗീകരിക്കപ്പെടുക. ഇതാണ് എല്ലാറ്റിന്റെയും അവസ്ഥ. നമ്മുടെ പരിമിധമായ അറിവിലും അന്വേഷണത്തിലും ഒരുപക്ഷെ പലതും ഉൾപെട്ടില്ലെന്ന് വരാം. ജൈവലോകത്തെ 99.999% ജൈവവർഗ്ഗങ്ങളെയും നിരീക്ഷിക്കുവാൻ പോലും ഇതുവരെ നമുക്ക് സാധിച്ചിട്ടില്ല. പ്രപഞ്ചത്തിന്റെ വലിപ്പം കണക്കാക്കാൻ പോലും നമ്മുടെ പരിമിതമായ കഴിവുകൾ വെച്ച് നമുക്ക് സാധിച്ചിട്ടില്ല. നാം നിരീക്ഷിക്കാത്ത, നമ്മുടെ നിരീക്ഷണത്തിന്റെ പരിധിയിൽ വന്നിട്ടുപോലുമില്ലാത്തതാണ് നാം നിരീക്ഷിച്ചതിനേക്കാൾ എത്രയോ ആയിരക്കണക്കിന് ഇരട്ടി കൂടുതൽ. എന്നിരിക്കെ ആ അറിവ് വെച്ചാണോ അറിവിന് പരിധിയില്ലാത്ത സ്രഷ്ടാവിൻറെ വചനങ്ങളെ നാം അളക്കുന്നത്?!

നമ്മുടെ ചിന്തകൾക്കും പരിധിയുണ്ട്. തുടക്കമോ ഒടുക്കമോ ഇല്ലാത്ത സ്രഷ്ടാവിനെ പറ്റി പറയുമ്പോൾ ശാസ്ത്രത്തിൻറെ വരമ്പുകൾക്കുള്ളിൽ നിന്നല്ലാതെ ചിന്തിക്കില്ലെന്ന് വാശിപിടിച്ച് മുഖംചുളിച്ചവർ ഉണ്ടായിരുന്നു. എന്നാൽ ഇന്ന് ശാസ്ത്രം തന്നെ സമയം എന്ന ഡയമെൻഷൻ ഇല്ലാത്ത അവസ്ഥയെ കുറിച്ചും അതിനെ കുറിച്ച് ചിന്തിക്കാൻ നമുക്കുള്ള പരിധിയെ കുറിച്ചും ബോധ്യമാക്കി തരികയാണ്. കർമ്മങ്ങൾ എല്ലാം ഒന്നും ഒഴിയാതെ രേഖപ്പെടുത്തുമെന്നും അത് അന്ത്യനാളിൽ പ്രദർശിപ്പിക്കപ്പെടും എന്നും പറയുമ്പോൾ അവിശ്വസനീയമായിരുന്നു പലർക്കും, എന്നാലിന്ന് എല്ലാം ഒപ്പിയെടുക്കുന്ന റെക്കോർഡിംഗ് സാങ്കേതികവിദ്യകൾ ചെറിയ രൂപത്തിലെങ്കിലും മനുഷ്യൻ

വികസിപ്പിച്ചെടുത്തപ്പോൾ അതിന് നിമിത്തമായ ബുദ്ധിയെ സൃഷ്ടിച്ചവന് ഇത് സാധ്യമല്ലേ എന്ന ചോദ്യം ഇന്ന് ആർക്കും ബോധ്യമാകും. എന്നാൽ കുറച്ച് മുൻപ് വരെ ഇക്കാര്യം പോലും 'ബുദ്ധിക്ക് യോജിക്കാത്ത'തായിരുന്നു.

നമ്മുടെ കഴിവില്ലായ്മയും അറിവിൻറെ പരിധികളും അംഗീകരിക്കാനുള്ള വിനയമുണ്ടാകുക എന്നത് തന്നെയാണ് ഏറ്റവും പ്രധാനം. എല്ലാം തികഞ്ഞവനെന്നും എല്ലാം അറിയുന്നവനെന്നുമുള്ള അഹങ്കാരത്തോടെ ദൈവിക വചനങ്ങളെയും പ്രവാചകൻറെ ഹദീസുകളെയും സമീപിക്കുമ്പോൾ പലതും ബുദ്ധിക്ക് യോജിക്കാത്തതും യുക്തിക്ക് നിരക്കാത്തതുമായി നമുക്ക് തോന്നിയേക്കാം. എന്നാൽ എൻറെ ഈ ബുദ്ധി ഒന്നുമല്ലെന്നും എനിക്കറിയാത്ത കാര്യങ്ങളാണ് അറിയുന്ന കാര്യങ്ങളെക്കാൾ കൂടുതലെന്നും എൻറെ ചിന്തകൾക്ക് അംഗീകരിക്കാവുന്നതിലും അപ്പുറം യാഥാർത്ഥ്യങ്ങളുണ്ടെന്നുമുള്ള തിരിച്ചറിവിൽ അവ പരിശോധിക്കുമ്പോൾ ഈ പ്രശ്നങ്ങൾ ഉണ്ടാവുന്നില്ല. കാരണം സ്രഷ്ടാവുണ്ട് എന്നത് യുക്തിപരമായ അന്വേഷണത്തിലൂടെ ബോധ്യപ്പെട്ട കാര്യമാണ്. ആ സ്രഷ്ടാവിൻറെ വചനങ്ങളാണ് ഖുർആൻ എന്നും അവൻറെ ദൂതനാണ് മുഹമ്മദ് എന്നും പഠിച്ചു ബോധ്യപ്പെട്ട കാര്യമാണ്. മലക്ക് ജിബ്‌രീൽ വഴി കിട്ടുന്ന ദിവ്യബോധനമാണ് ഖുർആനും ഹദീസും എന്ന് ബോധ്യപ്പെട്ട ഒരാൾക്ക് അവയൊന്നും യുക്തിക്ക് നിരക്കാത്ത പ്രശ്നമേ ഉദിക്കുന്നില്ല. ആ സ്രഷ്ടാവിന് എല്ലാം സാധിക്കുമെന്നും അവൻറെ കഴിവുകൾക്കും അറിവിനും പരിധികളില്ലെന്നുമുള്ളതാണ് ഇതിനൊക്കെ പിന്നിലുള്ള ഏറ്റവും വലിയ യുക്തി.

എല്ലാറ്റിനെ കുറിച്ചുള്ള പൂർണ്ണമായ അറിവും ആ സ്രഷ്ടാവിന് മാത്രമായത് കൊണ്ട് തന്നെ നന്മയെന്തെന്നും തിന്മയെന്തെന്നും അറിയിച്ചു തരേണ്ടതും അവൻ തന്നെയാണ് എന്നതാണ് ഇസ്‌ലാമിന്റെ യുക്തി. ഓരോരുത്തരും അവരവരുടെ യുക്തിക്കനുസരിച്ച് നന്മയും തിന്മയും തീരുമാനിക്കുകയെന്ന യുക്തിവാദ സിദ്ധാന്തത്തിന് പച്ചമലയാളത്തിൽ 'തോന്ന്യാസം' എന്നാണ് പറയുക. ധാർമികമായ വിധിവിലക്കുകളും നിയമങ്ങളും പാലിക്കാനുള്ള മടിയും അതിൽ നിന്ന് രക്ഷപ്പെടാനുള്ള ഒരു പഴുതുമായാണ് പലരും ഈ തോന്ന്യാസ'ക്കൂട്ടത്തെ കാണുന്നത്. ചിലരുടെ യുക്തിക്ക് മദ്യപാനം തെറ്റാവണമെന്നില്ല, ചിലർക്ക് പരിധികളില്ലാത്ത ലൈംഗികത തെറ്റായിതോന്നില്ല, പ്രായമായ മാതാപിതാക്കളെ വൃദ്ധസദനത്തിൽ കൊണ്ട് പോയി ഉപേക്ഷിക്കുന്നതായിരിക്കും മറ്റു ചിലരുടെ യുക്തി. ഇങ്ങനെ ഓരോരുത്തർക്കും അവർക്കിഷ്ടമുള്ളതെല്ലാം ചെയ്യാൻ ഒരു പ്രത്യയശാസ്ത്ര ന്യായീകരണമായി യുക്തിവാദത്തെ ഉപയോഗിക്കുന്നു എന്ന് മാത്രം.

മദ്യപാനമോ, വ്യഭിചാരമോ, മാതാപിതാക്കളെ ഉപേക്ഷിക്കലോ 'തെറ്റാണ് എന്ന് വസ്തുനിഷ്ഠമായി പറയാൻ യുക്തിവാദത്തിൽ വകുപ്പില്ല. ഏതൊരു കാര്യവും നന്മയെന്നോ തിന്മയെന്നോ തീർത്തുപറയാൻ അവിടെ സാധിക്കില്ല. അതുകൊണ്ട് തന്നെയാവണം പരസ്പര സമ്മതത്തോടെ പിതാവും മകളും തമ്മിലുള്ള ലൈംഗിക ബന്ധം പോലും തെറ്റാണെന്ന് പറയാൻ സാധിക്കാത്ത അവസ്ഥയിൽ അവരെ കൊണ്ട് ചെന്നെത്തിച്ചത്.

മതാധിഷ്ഠിത ധാർമ്മികതക്ക് എതിരെ മാറുതുറന്നും തെരുവിൽ ചുംബിച്ചും പ്രതിഷേധിക്കുന്നവർ എന്താണ്

ധാർമികതയെന്നും സദാചാരമെന്നും വ്യക്തമായി വിവക്ഷിക്കാൻ തയ്യാറാവണം. സകല തോന്നിയവാസങ്ങൾക്കും തങ്ങളുടെ യുക്തിയിൽ പ്രശ്നം തോന്നുന്നില്ലെന്ന് പറഞ്ഞ് ന്യായീകരിക്കുന്നവർ ഈ നാടിനെ എങ്ങോട്ടാണ് കൊണ്ട് പോകുന്നതെന്ന് അപ്പോൾ മനസ്സിലാകും.ഏതാനം പതിറ്റാണ്ടുകൾക്ക് മുൻപ് വരെ സമൂഹത്തിൽ നിവർന്നു നിന്ന് പറയാൻ മടിച്ചിരുന്ന പലതും ഇന്ന് തെറ്റല്ലാതായിരിക്കുന്നു! ഇന്ന് നാം അറപ്പോടെയും വെറുപ്പോടെയും കാണുന്ന പലതും നാളെയവർ യുക്തിയുടെ കാലത്തിനനുസരിച്ച പരിണാമത്തിൻറെ പേര് പറഞ്ഞ് ന്യായീകരിക്കും. എതിർക്കുന്ന മതാധ്യാപനങ്ങളെ കാലഹരണപ്പെട്ടതെന്ന് പറഞ്ഞ് തള്ളുകയും ചെയ്യും. ഇത് പുരോഗതിയാണോ പ്രാകൃതത്വമാണോ എന്ന് മനസ്സിൽ നന്മ ബാക്കിയുള്ളവർ ചിന്തിക്കട്ടെ.

യുക്തിചിന്തയുടെയും ശാസ്ത്രബോധത്തിന്റെയും സുന്ദരലോകത്തെ പറ്റി പറഞ്ഞ് യുവാക്കളെ ആകർഷിക്കുന്നവർ എത്രമാത്രം യുക്തിരഹിതവും അപരിഷ്കൃതവുമായ ആശയത്തിലേക്കാണ് ക്ഷണിക്കുന്നത് എന്ന് ട്രെന്റുകൾക്ക് പിന്നാലെ പോകുന്നവർ അൽപ സമയം മാറ്റി വെച്ച് ചിന്തിക്കണം. ശാസ്ത്രത്തെയും യുക്തിയെയും തങ്ങൾക്കൊപ്പിച്ചു മാത്രം വ്യാഖ്യാനിക്കുന്ന ഇവർ പറയുന്ന 'സ്വതന്ത്രചിന്ത'യുടെ അതിരുകൾ അവർ തന്നെ നിശ്ചയിക്കുന്നത് നാം മനസ്സിലാക്കാതെ പോകരുത്. മതനിയമങ്ങൾ അനുസരിക്കാനുള്ള പ്രയാസവും വൈമനസ്യവും ഈ പാളയത്തിലേക്കാണ് നമ്മെ ആകർഷിക്കുന്നത് എങ്കിൽ കുത്തഴിഞ്ഞ ജീവിതവും മുഴുസമയ മതവിമർശനവുമായി ജീവിതത്തിന്റെ ഏറ്റവും നല്ല കാലം നഷ്ടപ്പെടുത്തിയതിന ശേഷം പിന്നോട്ട് തിരിഞ്ഞ്

വിരൽ കടിച്ചത് കൊണ്ട് കാര്യമുണ്ടാകണമെന്നില്ല. സ്രഷ്ടാവൊരുക്കിയ യഥാർത്ഥ ആസ്വാദനത്തിൻറെ ജീവിതത്തിലേക്ക് എപ്പോഴാണ് വിളിവരുന്നതെന്ന് നമുക്കാർക്കും അറിയുകയുമില്ല

ABOUT THE AUTHOR

ഡോ. അബ്ദുല്ലാ ബാസില്‍.സി.പി. കണ്ണൂര്‍ ജില്ലയിലെ വാരം സ്വദേശി. ആലപ്പുഴ ഗവ. ഡെന്റല്‍ കോളേജില്‍ നിന്ന് ബി.ഡി.എസ് പൂര്‍ത്തിയാക്കി. നിരീശ്വരവാദം, ശാസ്ത്രം, ജെന്‍ഡര്‍ പൊളിറ്റിക്സ് വിഷയങ്ങളില്‍ സംസാരങ്ങളിലും എഴുത്തുകളിലും സംവാദങ്ങളിലും സജീവമാണ്